சிந்தனை செய்திகள்

சாய் கவி பால பரணி

Copyright © Sai Kavi Bala Barani
All Rights Reserved.

ISBN 978-1-63850-786-4

This book has been published with all efforts taken to make the material error-free after the consent of the author. However, the author and the publisher do not assume and hereby disclaim any liability to any party for any loss, damage, or disruption caused by errors or omissions, whether such errors or omissions result from negligence, accident, or any other cause.

While every effort has been made to avoid any mistake or omission, this publication is being sold on the condition and understanding that neither the author nor the publishers or printers would be liable in any manner to any person by reason of any mistake or omission in this publication or for any action taken or omitted to be taken or advice rendered or accepted on the basis of this work. For any defect in printing or binding the publishers will be liable only to replace the defective copy by another copy of this work then available.

பொருளடக்கம்

1. அத்தியாயம் 1 — 1
தொகுப்பாளர் — 43

1

ராமாயணம்_108_வரிகளில்

1. அசல நிர்குண ஆத்ம ராமா
2. ஆனந்தப் பாற்கடல் அறிதுயில் ராமா
3. இந்திரன் முதல்தேவர் வேண்டிட ராமா
4. இகத்தில் அசுரரை அழித்திட ராமா
5. பரத லக்ஷ்மண சத்ருக்னர் ராமா
6. கூடவே பிறந்த தசரத ராமா
7. வில் அம்பு வித்தைகள் பல பயின்ற ராமா
8. யாகமும் தபசும் ரக்ஷிக்க ராமா
9. விசுவாமித்திரன் வேண்டிட ராமா
10. சென்று மந்திரம் கற்றனை ராமா
11. சுபாஹோடு அசுரர் தாடகை ராமா
12. லக்ஷ்மணனுதவியில் வெட்டிய ராமா
13. முனிவர் துதிக்கத் தங்கிய ராமா
14. மூர்க்கர் அண்டாது காத்தயோ ராமா
15. பாலப் பருவம் கடந்திட்ட ராமா
16. பக்தன் ஞானி ஜனகன் ராமா
17. மகளா முலகத் தாயவள் ராமா
18. உறையும் நகர்க்கே நடந்தாய் ராமா
19. கல்லாய்ச் சமைத்த காரிகை ராமா
20. அடியின் தூளிபட் டெழுந்தனள் ராமா
21. மிதிலை ஸ்வயம்வர சபைசேர் ராமா
22. முறித்தே வில்லை ஜயங் கொண்ட ராமா
23. ஜானகி தேவியை மணந்தாய் ராமா

24. பரசுராமன் பலம்பறி ராமா
25. அயோத்தி யடைந்த சுந்தர ராமா

அயோத்யா காண்டம்

26. பண்டைப் பகைகூனி தூண்டிட ராமா
27. கைகேயி ஏவலால் தசரதன் ராமா
28. வாக்கைக் காத்திடக் கானகம் ராமா
29. சென்றாய் லக்ஷ்மணனுடன் சீதா ராமா
30. நட்பினால் குஹனைத் தழுவிய ராமா
31. முனிவர் ஆச்ரமம் உறைந்தனை ராமா
32. தசரதன் மாளப் பரதனும் ராமா
33. சித்திரக் கூடம் அடைந்தனன் ராமா
34. சுந்தரப் பாதுகை தந்தனை ராமா

ஆரண்ய காண்டம்

35. தென்திசை ஆரண்யம் புகுந்தனை ராமா
36. முனிவர் பலர்முன் தோன்றினை ராமா
37. துஷ்ட விராதனைக் கொன்றனை ராமா
38. தமிழ்முனி அகஸ்தியர் அருள் பெறு ராமா
39. பஞ்சவடித் தலம் உறைந்தனை ராமா
40. சூர்ப்பநகை பங்கம் அடைந்தனள் ராமா
41. கரதூஷணர்கள் அழிந்தனர் ராமா
42. ராவணத் துறவி சீதையை ராமா
43. மாயமாய் அகற்றிட அலைந்தனை ராமா
44. கபந்தன்கை கண்டஞ் செய்தருளிய ராமா
45. அன்புறு சபரிகை விருந்துண்ட ராமா

கிஷ்கிந்தா காண்டம்

46. அநும சுக்ரீவர்க் கஞ்சலாம் ராமா
47. அகந்தை வாலியைக் கொன்றுமே ராமா
48. தம்பிக்கே பட்டம் கட்டினாய் ராமா
49. வானர வீரன் அநுமான் ராமா
50. தூதனாய்ச் செல்ல ஏவின ராமா
51. கணையாழி அடையாளம் தந்தனை ராமா
52. அங்கத ஜாம்பவர் தேடினர் ராமா
53. ஜடாயுமுன் சம்பாதி சொன்னான் ராமா

54. மஹேந்திரப் பெயருடைமலை மேல் ராமா
55. அடியவன் அநுமான் நின்றான் ராமா

சுந்தர காண்டம்

56. அநுமான் கடலைத் தாண்டினான் ராமா
57. லங்கினி கிழித்து லங்கையுள் ராமா
58. நாமத்தின் மகிமையால் நுழைந்தனன் ராமா
59. அசோகவனத்தில் வணங்கினான் தேவியை ராமா
60. தேவிக்கு மோதிரம் தந்தனன் ராமா
61. ராவண அரக்கனைத் தூஷித்தே ராமா
62. லங்கை எரித்துத் திரும்பினான் ராமா
63. கண்டேன் சீதையை என்றனன் ராமா
64. தேவியின் முடிமணி தந்தனன் ராமா

யுத்த காண்டம்

65. தேவியின் பிரிவால் புலம்பிய ராமா
66. வானர சைன்யம் கடற்கரை வந்தது ராமா
67. விபீஷணன் சரணம் அடைந்தனன் ராமா
68. ஆழிக் கணையும் கட்டினை ராமா
69. அணிலும் ஆழிக்கணைக்கு மணலை அளித்து ராமா
70. அரக்கன் கோட்டையைத் தகர்த்தே ராமா
71. தந்திரன் மேல்போர் தொடுத்தாய் ராமா
72. அநுமான் சஞ்சீவி தந்தனன் ராமா
73. கும்பகர்ணன் தலை வெட்டினை ராமா
74. இந்திரஜித்தன் மடிந்தான் ராமா
75. அஹிமஹி ராவணர் அழித்தபின் ராமா
76. விடுத்துநின் கூரிய அம்பினை ராமா
77. ராவணன் கவசம் பேதித்த ராமா
78. ராவணன் தலைகளை அறுத்தும் ராமா
79. அழியா முக்தி தந்தாய் ராமா
80. விபீஷணன் முடிசூட்டினை ராமா
81. கண்டே சீதையை அணைந்தாய் ராமா
82. புட்பக விமானத்தில் திரும்பினை ராமா
83. பரதன் உயிரைக் காத்தனை ராமா
84. அயோத்தி புகுந்து குடிகளை ராமா

85. ஆனந்த வெள்ளத் தாழ்த்தியே ராமா
86. பட்டாபிஷேகம் கொண்டனை ராமா
87. பாரைப் பரம்செய்து ஆண்டனை ராமா
88. மாயப் பழியது தீர்க்கும் ராமா
89. கருப்பிணி யிருந்து காக்கும் ராமா
90. கவிவரன் வால்மீகி பாடிய ராமா
91. லவகுசர் தந்தை யாகிய ராமா
92. அசுவ மேதம் நடத்திய ராமா
93. கோமள ஜானகி நாயக ராமா
94. மறைகள் போற்றிடும் மன்மத ராமா
95. பண்புடன் எம்மைக் காக்கும் ராமா
96. ஞானம் தந்தே நிற்கும்ஓ ராமா
97. துஷ்டர் அழியத் தோன்றிய ராமா
98. நல்லோர் காப்பும் அமைத்தபின் ராமா
99. பன்னக சயனனாய்ச் சென்றாய் ராமா
100. முனிவர் கதையும் முடிந்ததே ராமா
101. பணிவோர் ஜபிக்கும் நாமத்தோன் ராமா
102. கதிரவ குலத்துத் திலகமே ராமா
103. பயமழி மங்கள புங்கவ ராமா
104. நரஹரி ராகவ நாரண ராமா
105. அற்புத மெய்ச்சுக கைவல்ய ராமா
106. ஹனுமானிதயத் துறையும் ராமா
107. ராம ராம ஜய ராஜா ராமா
108. ராம ராம ஜய சீதாராமா.

மனதில் ஊறட்டும் உற்சாகம்.

1. சந்தோஷம் என்பது வாங்கும் பொருட்களில் இல்லை . சந்தோஷத்தின் இருப்பிடம் மனம் தான் . எனவே கன்ட்ரோல் நம்மிடம் தான் . எனவே ஆனந்தமாக இருக்க வேண்டுமா , வேண்டாமா என்பதை முடிவு செய்ய வேண்டியது நீங்கள் மட்டும் தான்.

*2. வாழ்க்கையை ரொம்ப இறுக்கமாக கழிக்காதீர்கள். கொஞ்சம் இலகுவாகவும் நகைச்சுவையாகவும் அணுகுங்கள் அருகில் இருப்பவர்கள் நகைச்சுவை சொன்னால் சிரியுங்கள் . தினமும் இரண்டு , மூன்று நபர்களையாவது சிரிக்க வையுங்கள் . சிரிப்பு ஒரு தொற்று நோய்.

இடம் விட்டு இடம் பெயர்ந்து ஆரோக்கியமாக பரவும்.*

3 .உடற்பயிற்சியும் ஆரோகியமான உணவும் உங்களுக்கு தன்னம்பிக்கை ஊட்டும் ; உடலின் சக்தி தேவையை நிறைவேற்றும் .உற்சாகமாக உணர்வீர்கள் . உடற்பயிற்சியின் போது உடலில் சுரக்கும் 'என்டோர்பின்' களால் மனது புத்துணர்வு பெரும் என்கிறது மருத்துவ உலகம்.

4 .வேலை , கடமை இத்யாதிகளுக்கு மத்தியில் புத்தகம் படிப்பது , நன்றாக ஒரு குளியல் போடுவது , இசை கேட்பது.... இப்படி ஏதாவாது உங்கள் மனதுக்கு பிடித்த ஒரு செயலுக்கு தினமும் சில நிமிடங்கள் ஒதுக்குங்கள் . அதேபோல் , தினமும் கொஞ்ச நேரம் உங்கள் மனதுக்கு மகிழ்ச்சி தரும் பசுமையான நினைவுகளை அசை போடுங்கள்.

5. ஆனந்தம் என்பது 'லக்' அல்ல , நாம் எடுக்கும் முடிவுகளின் விளைவு தான் என்பதில் தெளிவாக இருங்கள் . அன்னப் பறவையாக மாறி நல்லவற்றையும் அதிகம் கவனியுங்கள். உங்களை கடந்து போகும் சம்பவங்களில், சந்தோஷமான விஷயங்களை அதிகம் உள்வாங்குங்கள்.

6. தாழ்வு மனப்பான்மையைத் தூக்கி கடலில் போடுங்கள் . ஏதேனும் தவறு , தோல்வி நடந்தால் அதற்குரிய காரணத்தை ஆராய வேண்டுமே தவிர ,,,,,,,,,,,,, நத்தை ஓட்டுக்குள் முடங்கி விட கூடாது.

7. உங்கள் மனதை நீங்கள் தான் உ ற்சாகப் படுத்தவேண்டும். குழந்தைகளுடன் செலவிடும் சந்தோஷ தருணகங்கள், நல்ல நகைசுவை திரைப்படங்கள், நிகழ்ச்சிகள் ஆகியவை உங்களை ஆனந்தமாகவும் ஆரோக்கியமாகவும் வைத்திருக்கும் என்கிறார் ஆராச்சியாளர்கள்.

8. திருத்தமாக உடையணிந்து நேர்த்தியாக இருக்க பழகுங்கள் . மனோரீதியாக அது உங்களை தன்னம்பிக்கையாகவும் , ஆரோக்கியமாகவும் ஆனந்தமாகவும் வைக்கும்.

9. புது இடங்களை பார்ப்பது, புது மனிதர்களுடன் பழகுவதெல்லாம் உற்சாகமான வாழ்கையின் வழித் டங்கள் . எனவே அவ்வப்போது ' வெளியே' செல்லுங்கள். பரிசுத்தமான இயற்கையின் இடங்கள் இதற்கான சிறந்த இடமாக இருக்கும்.

10. ஆன்மிகவாதியாக இருங்கள். ஆனால், மதவாதியாக மாறி விடாதீர்கள். உங்களுக்கு ஆனந்தமும் நிம்மதியும் தரும் நூல்களை வாசியுங்கள்.

11. கவலைகள் இல்லாத மனிதன் இல்லை. அவற்றையும் வாழ்க்கையின் ஒரு பாகமாக் ஏற்றுக் கொள்ளுங்கள் . காலம் கவலையை ஆற்றி விடும்.

12. விருப்பமிருந்தால் ஒரு செல்லப்பிராணியை வளருங்கள் . அதனுடன் தினமும் நேரம் செலவிடுங்கள் . எதிர்பார்ப்பில்லாத அன்பு , அதனிடம் நிறையவே கிடைக்கும் !

13. தினமும் காலையில் ஒரு ஆனந்தமான நாள் உங்களுக்காக காத்திருக்கிறது என்று விழித்து கொள்ளுங்கள் . இரவு படுக்கைக்கு செல்லும் முன் அன்றைய நாளின் சந்தோஷங்களை அசைபோடுங்கள் . யாரையாவது காயபடுத்தியிருந்தால் அவர்களிடம் மன்னிப்பு கேட்க வேண்டும் என முடிவெடுங்கள்.

பொறுமையைவிட மேலான தவமுமில்லை.திருப்தியை விட மேலான இன்பமுமில்லை.இரக்கத்தை விட உயர்ந்த அறமுமில்லை.மன்னித்தலை விட ஆற்றல் மிக்க ஆயுதமில்லை...!

தோல்விகள் சூழ்ந்தாலும். இருளை விளக்கும் கதிரவன் போல அதனை நீக்கி அடுத்தடுத்த வெற்றி படியில் கால் அடி எடுத்து வையுங்கள். முடியும் வரை அல்ல, உங்கள் இலக்கினை அடையும் வரை. இந்த விடியல் உங்கள் வாழ்விலும் விடியட்டும்...!

உங்கள் உடலில் இருக்கும் ஒவ்வொரு உறுப்பும் நீங்கள் உயிருடன் இருக்கும் அத்தனை நாளும் பயன்படுத்தவே படைக்கப்பட்டிருக்கிறது.

அதனால் வயதானால் அந்த நோய் வரும் வயதானால் இந்த நோய் வரும் என்று சொன்னால், தயவு செய்து நம்பாதீர்கள்

உங்கள் கூடவே வாழும் மிருகங்களைப் பாருங்கள். மரணம் வரும் வரை தன் வேலைகளைத் தானே செய்து கொள்கிறது.

எந்தச் சிங்கமும் தனக்கு வயதாகிவிட்டது என்று தன் குட்டியிடம் சாப்பாடு கேட்பதில்லை.

எந்த மாடும் படுத்து கொண்டு தன் கன்றிடம் தண்ணீரோ உணவோ கேட்பதில்லை.

எந்தப் பூனையோ, நாயோ படுத்த படுக்கையாக இருந்து கொண்டும் மலம் கழிப்பதில்லை.

மரணம் அடையும் நாள் வரை ஆரோக்கியமாக சுயமாக தன் வேலைகள் அனைத்தையும் செய்கின்றன.

மனிதர்கள் மட்டும் தான் வயதானால் நோய்வரும், இயலாமை வரும் என்று நம்பி, அடுத்தவர்களை எதிர்பார்த்து வாழ ஆரம்பிக்கிறார்கள்.

நன்கு ஞாபகம் வைத்துக் கொள்ளுங்கள்

முதுமை என்று எதுவும் இல்லை.

நோய் என்று எதுவும் இல்லை.

இயலாமை என்று எதுவுமில்லை.

எல்லாம் உங்கள் மனதிலும், அதன் நம்பிக்கையிலும் தான் இருக்கிறது.

சிந்தனையை மாற்றுங்கள். ஆரோக்கியமாக வாழுங்கள்.

நீங்கள் எதை நம்புகிறீர்களோ அதுவாகவே ஆகிறீர்கள்.

நான்... நான்... நான்...

நான் சம்பாதித்தேன்,

நான் காப்பாற்றினேன்,

நான் தான் வீடு கட்டினேன்,

நான் தான் உதவி செய்தேன்,

நான் உதவி செய்யலனா? அவர் என்ன ஆகுறது!

நான் பெரியவன்,

நான் தான் வேலை வாங்கி கொடுத்தேன்,

நான் நான் நான் நான் என்று மார்தட்டி கொள்ளும் மனிதர்களே!!!

நான் தான் என் இதயத்தை இயக்குகிறேன் என்று உங்களால் சொல்ல முடியுமா?

நான் தான் என் மூளையை இயக்குகிறேன் என்று உங்களால் சொல்ல முடியுமா?

நான் தான் என் இரண்டு கிட்னியையும் இயக்குகிறேன் என்று உங்களால் சொல்ல முடியுமா?

நான் தான் பூக்களை மலர வைக்கிறேன் என்று உங்களால் சொல்ல முடியுமா?

இவைகள் அனைத்தையும் எவன் செய்கிறானோ இயக்குகிறானோ அவன் ஒருவனுக்கே *"நான்"* என்று சொல்வதற்கு அதிகாரமும் உரிமையும் உண்டு..

ஆகையால் *நான்* என்ற அகந்தையை விட்டு அனைவரிடமும் *அன்பாக* இருங்கள்.

உலகைப்பற்றிக்கவலைப்படாதே ஏனெனில் அது இறைவனுக்குரியது.

உணவைப்பற்றி கவலைப்படாதே அது இறைவனிடமிருந்தே கிடைக்கிறது.

எதிர்காலம் குறித்தும் கவலைப்படாதே! அதுவும் இறைவனின் கரத்தில் தான் உள்ளது

உனக்கு மேலே உள்ளவனைப் பார்த்து ஏங்காதே தாழ்வு மனப்பான்மை வரும்

உனக்கு கீழே உள்ளவனை ஏளனமாய் பார்க்காதே தலைக்கனம் வரும்.

உன்னை யாரோடும் ஒப்பிடாமல் நீ நீயாக இரு தன்னம்பிகை வரும்.....

எதிரி இல்லை
என்றால்
நீ இன்னும்
இலக்கை நோக்கி
பயனிக்கவில்லை
என்று அர்த்தம்
அனுபவம் இருந்தால்
தான் செய்ய முடியும்
என்பது எல்லா
வற்றுக்கும் பொருந்தாது
முதன் முதலில்
தொடங்க
படுவதுதன்னம்பிக்கை
சம்பந்தப்பட்டது...
நம்பிக்கையின் திறவுகோல்
தன்ன(ந)ம்பிக்கையே
மனதில் உறுதியிருந்தால்
வாழ்க்கையும்
உயரும் கோபுரமாக...
முயற்சி தோல்வியில்
முடிந்தாலும்

செய்த பயிற்சியின்
மதிப்பு குறையாது
விழுந்தால் எழுவேன்
என்ற நம்பிக்கையிருக்க வேண்டும்
யாரையும் நம்பிஏறகூடாது
வாழ்க்கையெனும் ஏணியில்...
வாய்ப்புகள் நம்மை
கடந்து சென்றாலும்
தொடர்ந்து முயற்சியுடன்
பின் தொடர்ந்தால்
திரும்பி பார்க்கும்
நாம் விரும்பிய படியே...
(நம்பிக்கையுடன்)
உன்னையே நீ நம்பு
ஓர் நாள் உயர்வு நிச்சயம்...!
வியர்வை துளியை
அதிகப்படுத்து
வெற்றி வந்தடையும்
வெகு விரைவில்
(உழைப்பே - உயர்வு)
முடியாது
என எதையும்
விட்டு விடாதே...!
முயன்றுபார்
நிச்சயம்முடியும்...
இழந்த அனைத்தையும்
மீட்டுவிடலாம் நம்பிக்கையை
இழக்காதிருந்தால்
அனைத்தையும்
இழந்தபோதும்
புன்னகை பூத்திருக்கு
மீள்வோமென்ற
நம்பிக்கையில்

தொடர்ந்து முயற்சி செய்து
கொண்டே இருங்கள்
தோல்வி கூட ஒரு நாள்
இவஅடங்கமாட்டானு
நம்ம கிட்ட தோற்றுவிடும்
வயதை பின்னுக்கு தள்ளி
வைராக்கியத்தோடு வாழும்
வயதானவர்கள் ஒவ்வொரு
வீட்டின் தன்னம்பிக்கை நாயகர்கள்...!
எல்லாம் இருந்தாலும்
இல்லை என்பார்கள்பலர்
எதுவும் இல்லை என்றாலும்
இருக்குஎன்பார்கள் சிலர்
(தன்னம்பிக்கை)
இயற்கையோடு சிரி*
இயற்கையாகவே சிரி
*இந்த உலகம் உனக்காக தான் ..
வாழ வழியில்லை என்று புலம்பாதே ...
நீ பயணிப்பது தான் உன் வாழ்க்கை என்று முன்னேறு ...
எல்லோரும் பயணிக்கிறார்கள் என்று நீயும் பின் தொடராதே ...
உனக்கான பாதையை நீயே தேர்ந்தெடு ...
பிறப்பு , இறப்பு மட்டுமே நம்மை தேடிவரும் ...
மற்றவற்றை நாம் தான் தேடி செல்ல வேண்டும் ...
தனித்து போராடி கரை சேர்ந்த பின் ...
*திமிராய் இருப்பதில் ஒன்றும் தப்பில்லையே
இன்றைய சிறப்பு
1. இயக்குநர் இமயம் கே.பாலசந்தர் பிறந்த தினம்
2. தமிழ் எழுத்தாளர் சி.ஆர்.கண்ணன் நினைவு தினம்
நேசிப்பது எல்லாம் கிடைத்து விட்டால் கண்ணீர் துளிகளுக்கு மதிப்பில்லை.....
கிடைப்பதை எல்லாம் நேசித்து விட்டால் கண்ணீருக்கு வேலை இல்லை.....
வாழ்க்கையில் பிடித்த வாழ்க்கையை வாழ்பவன் அதிர்ஷ்டசாலி..

எந்த வாழ்க்கையாக இருந்தாலும்

பிடித்து வாழ்பவன் புத்திசாலி......

அடுத்தவர்களால் ஒரு போதும் நன்மை இல்லை என்பதை உணர்த்தவே அவர்களின் சுயரூபத்தை உனக்கு வெளிப் படுத்தினேன்.

ஆனால் நீயோ வெகுளியாக இருந்துவிட்டாய். உனது அன்பு குணத்தை, அப்பாவி தனத்தை அவர்கள் பயன்படுத்தி கொண்டார்கள்.

பொருளையும் நம்பிக்கையையும் நீ இழந்து விட்டாய், அவமானமும் பட்டாய், அந்த கெட்ட காலங்களை நினைத்துப் பார்க்கவேண்டாம்.

அவையெல்லாம் பஞ்சு மெத்தையில் உனக்காக வைக்கப்பட்ட பெரிய முட்களை போலக் குத்திக்கொண்டிருந்தவை.

இந்த உலகில் என்னைவிட உண்மையான உறவுகள் யாருமில்லை என்பதை நீ புரிந்துகொள்ள வேண்டும் என்பதற்காகவே,

பொய்யான உறவுகளை உன்னிடமிருந்து விலக்கி வைத்தேன். நீ ஆனந்தமாக இருக்க வேண்டும் என்பதற்காக செய்தேன்.

ஆனந்தம் என்ன என்பதை நீ உணர்ந்து கொள்வதற்காக செய்தேன். ஆனந்தம் மனம் மகிழ்ச்சியாக இருக்கும்போது அல்லவா வருகிறது?

மன மகிழ்ச்சி எப்போது வருகிறது? உன் கோரிக்கைகள் அனைத்தும் நிறைவேறிய பிறகுதானே வருகிறது?

அதனால் உனது கோரிக்கைகளை எல்லாம் நிறைவேற்றி, உன்னை ஆனந்தமாக வைத்து கொள்ளவே முயன்று கொண்டிருக்கிறேன்.

தோல்வியின் அடையாளம் தயக்கம்!

வெற்றியின் அடையாளம் துணிச்சல்!

துணிந்தவர் தோற்றதில்லை!!

தயங்கியவர் வென்றதில்லை!!

எங்கே விழுந்தாயென பார்க்காதே, எங்கே வழுக்கினாயென பார்.

பின்கண்ணாடி வழி நடந்ததை பார்ப்பதைவிட, முன்கண்ணாடி வழி முன்னே வருவதை பார்.

நீ சொல்வதை வேண்டுமானால் சந்தேகப்படுவார்கள். ஆனால் நீ செய்வதை மக்கள் நம்பித்தான் ஆகவேண்டும்.

முன்போக்கி செல்லும் போது கனிவாயிரு. ஒருவேளை பின்நோக்கி வரநேரிட்டால் யாராவது உதவுவார்கள்..

ரொம்ப விளக்க வேண்டியதில்லை. நண்பர்களென்றால் நம்புவார்கள். எதிரிகளென்றால் எப்படியும் நம்பப்போகிறதில்லை.

யாருக்காவது குழிதோண்டப் போகிறாயா? இரண்டாகத் தோண்டு. உனக்கும் சேர்த்து.

மகிழ்ச்சியாய் நீ வீணாக்கிய தருணங்களெல்லாம் வீணானவையல்ல. பயமில்லாமை தைரியமல்ல. பயநேரங்களிலும் சரியாய் செயல்புரி- வதே நிஜ தைரியம்.

எதிர்காலத்தை சரியாக கணிக்க அதை நாமே உருவாக்க வேண்டும்.
நாளைய மழை அறியும் எறும்பாய் இரு
நேற்றைய மழைக்கு இன்று குடை பிடிக்கும்
காளானாய் இராதே!

*மனிதனின் குற்றங்களில் பெரும்பாலானவை அவனது நாவிலிருந்- துதான்

பிறக்கின்றன. -நபிகள் நாயகம். *

*தன்னை அதிக புத்திசாலியாக எண்ணுவதே மனிதனிடம் உள்ள மிகப் பெரிய

பலவீனம். -சிம்மன்ஸ் *

*உண்மையான செல்வாக்கை நாம் தேடிக் கொள்ளக் கூடாது. அது நம்மைத் தொடர்ந்து

வரவேண்டும். -மான்ஸ்பீல்டு.** *

*நம்முடன் வாழ்வோரைப் புரிந்து கொள்வதற்கு நம்மை நாமே முதற்கண் புரிந்து

கொள்வது அவசியம். -அன்னை தெரசா.*

எவன் பிறர் நற்செயல்களைப் பார்த்து மகிழ்ச்சி கொள்ளவில்- லையோ அவனால் நல்ல செயல்கள் எதையும் செய்ய முடியாது. -ஜேம்ஸ் ஆலன்.-

*மகிழ்ச்சி என்ற உணர்ச்சி இல்லாவிட்டால் வாழ்க்கை சுமக்க முடி- யாத பெரிய

சுமையாகிவிடும். -பெர்னார்ட்ஷா.*

தண்ணீரை கூட சல்லடையில் சலித்து விடலாம்..*

*_ஆனால், அதை உருமாற்ற, பனிக்கட்டி ஆகும் வரை.

* நீ காத்து இருக்க வேண்டும்.

*_அது போல் பொறுமையும், நிதானமும் உங்களிடம் இருந்தால்.

* நீங்கள் எதையும் சாதிக்க முடியும்..!!_*

குழந்தை_செல்வங்கள்

தெறி, இமைக்கா நொடிகள், டிக் டிக் போன்ற தமிழ் படங்கள் மழலை-பெற்றோர்களுக்கு இடையேயான சுதந்திரமான நட்பு புரிதலோடு இருக்கிறார்கள் என்பதை காண முடிகிறது.

ஆனால் உண்மையில் பலவித முரண்களை களைவதற்கு குழந்தை பருவ முறைகள் பற்றி தெரிந்துகொள்ள வேண்டிய அவசியம் உள்ளது.

முன்குழந்தை பருவம் (1-6 வயது வரை)

குழந்தை பிறந்த 3,4 மாதங்களில் பெற்றோர்களின் முகம் பார்த்து சிரிக்க ஆரம்பித்துவிடும். அழுகை/பிடிவாதம் மூலம் விருப்ப காரியத்-தையோ/வேண்டிய பொருளையோ வாங்கிக் கொள்ளலாம் என்ற சிந்-தனை உருவாகும் இடம் என்பது இதுதான். இந்த மாதிரியான நேரத்தில் வேறு வழிகளில் குழந்தைகளை ரிலாக்ஸ் செய்யலாம் (அ) அவர்கள் கவனத்தை பிடித்த விசயமான நடனம் ஆடுதல்/பாட்டு பாடுதல் போன்-றவைகளில் திசை திருப்பலாம்.

இடைகுழந்தை பருவம் 7-12 வயத வரை)

குழந்தை டிவி பார்ப்பதிலோ/மொபைல் கேம்ஸ் விளையாடுவதில் அதிக நேரத்தை செலவளித்தோலோ உறுதியான குரலில் தெரியபடுத்-துங்கள். அடிக்காமல் புரியவைப்பது சரி, அது என்னங்க உறுதியான குரல் இதோ சான்று

"இந்த பாருடா செல்லம், நானும் அப்பாவும் டிவி, கேம் விளையாட காலைல, சாயங்காலமும் Allow பண்றோம்ல, இனிமே இப்படி அடம் பண்ணா அனுமதிக்க மாட்டோம், கவனமா நடந்துக்கோ" என்பதுதான் உறுதியான குரல்.

*வாலிப பருவம்(13-19

வார இறுதிநாட்களில் குழந்தைகளின் நண்பர்களை வீட்டுக்கு அழைத்து விருந்து வைப்பது போன்ற விசயங்களை செய்தால் பதின்-பருவ குழந்தைகள் தங்கள் பெற்றோர்களிடம் "Comfort zone"ல் பயணிக்க வழி வகுக்கும். இறுதியாக இந்த பதின்பருவ குழந்தைகள் முன்பு பெற்றோர்கள் சண்டையிடுதல் அறவே தவிர்தது விடவேண்-டும். இதனால் குழந்தைகளை நீங்களே தனிமையாக உணர வைத்து விடுவீர்கள்.

ஆக குழந்தை வளர்ப்பில் அப்பா, அம்மா இருவருக்கும் சமபொ-றுப்பு இருப்பதை உணர்ந்து வளமான இளையதலைமுறையை உருவாக்க இப்போதே ஆரம்பிப்போம்!

*அரியவை ஐந்து :
போலித்தனம் இல்லாத புன்னகை,
சுயநலம் இல்லா உறவு,
கைமாறு கருதாத உதவி,
கவலைகளை மறக்க வைக்கும் நட்பு ,
எதிர்பார்ப்பு இல்லாத அன்பு...

இவை அனைத்தும் உங்களிடம் இருக்கும் வரையில் நீங்களே முதல் இடம் வகிப்பீர்கள்...

வாழ்ந்த நாட்களை திரும்பிப் பார்க்கும் போது, உன் பெயரை சிலர் உச்சரிக்க வேண்டும்.

நன்மைக்கு சொல்லிடும்

*பொய்களும் அழகு.

உண்மையில் அதுதான்

*மெய்யான அழகு.

பெற்ற உதவிக்கு

*நன்றி மறக்காதே.

செய்த உதவிக்கு

*நன்றி எதிர்பார்க்காதே..

உங்களை புரிந்தவர்களுக்கு மட்டும்

*நல்ல புத்தகமாக இருந்தால் போதும்..

புரியாதவர்களுக்குப்

*புதிராகவே இருந்து விடுங்கள்..!

எல்லாமே கிடைப்பதும் இல்லை ...
கிடைத்தாலும் எல்லாம் பிடிப்பதும் இல்லை ...
பிடித்தாலும் எல்லாம் நிலைப்பதும் இல்லை ...
ஆனால் ...
வாழ்ந்து கொண்டு தான் இருக்கிறோம் ...
வாழ வேண்டும் என்பதற்காக
நம் நியாயங்கள்
அனைத்தும்
நமக்கானவை மட்டுமே...
அது மற்றவர்களுக்கு
தவறாக தெரிவதில்

தவறேதுமில்லை...

*வாழ்க்கையில் மன்னிப்பதும் மன்னிப்பு கேட்பதும்.

*எந்த வகையிலும் நம்மை சிறுமைப்படுத்தப் போவதில்லை.

*எஞ்சியிருபபது இன்னும் எத்தனை வருடங்கள், மாதங்கள், நாட்கள் என்பது நமக்கே தெரியாது..!

*மன்னிப்பு கேட்பவன் மனிதன் என்றால் மன்னிப்பவன் மாமனிதன்.

*'நாவிருந்து புறப்படும் வார்த்தைகள்

நாக்கு வன்மையானது, இதனால் நாவின் உதவியோடு உருவாகி வெளிப்படும் வார்த்தை அதைவிட வன்மையானது...

ஒருவர் எதைக் காத்திட முடியாவிட்டாலும் நாவையாவது அடக்கிக் காத்திட வேண்டும், இல்லையேல் அவர் சொன்ன சொல்லே அவர் துன்பத்திற்கு காரணமாகிவிடும்...

நாம் அடக்கத்துடன் இருப்பது அவசியம். புலனடக்கம் என்பது ஐம்புலனுக்கும் உரியதுதான். அவற்றில் மற்றவற்றைக் காக்கவில்லை என்றாலும் பரவாயில்லை. பேச்சில் அடக்கத்தைக் கடைப்பிடிப்பது மிகவும் அவசியம்...

ஒவ்வொருவரின் நாவிருந்தும் புறப்படும் வார்த்தைகள் மற்றவருக்கு மகிழ்ச்சியை தரலாம், சிலருக்கு மனதை உடைத்தெறியலாம். நம்பிக்கையை உடைத்தெறியலாம். ஆறாத வடுவை ஏற்படுத்தலாம்...

ஒருவரை சிந்தித்து வாழவைக்கலாம். மற்றொருவரை சாகத் தூண்டலாம். ஒரு நொடிப்பொழுதில் நம்மை உயர்வடையவும் தாழ்வடையவும் செய்யலாம்...

கூடியவரை கடுஞ்சொற்களை தவிர்த்து விடுவது நல்லது. சினத்தால் வெளிப்படும் சொற்கள் காயப்படுத்துவதை விட, ஏளனமாக, புறக்கணித்துப் பேசும் வார்த்தைகளே அதிக வலியினைத் தரும்...

_*திருவள்ளுவர் சொல்கிறார்...!

"தீயினாற் சுட்டபுண் உள்ளாறும் ஆறாதே

நாவினாற் சுட்ட வடு." - என்று...

தீயால் சுட்ட புண்ணானது ஆறிவிடக்கூடியது, அதன் தழும்புகூட மறைந்து விடக்கூடும். ஆனால், ஒருவரை நாம் கோபத்தால், வெறுப்பால், புறக்கணிப்பால் அல்லது அகந்தையால் நாவடக்கம் இன்றிப் பேசுவதால் அவர்கள் மனத்தில் உண்டாகும் காயம் ஆறவே ஆறாது...

இதனை வலியுறுத்தவே, _*"யாகாவாராயினும் நாகாக்க"*_ என்றும் கூறுகிறார் அவர்.

ஒவ்வொருவரிடம் ஒரு நல்ல குணம், ஒரு திறமை மறைந்து கிடக்கிறது. அதைப் பாராட்டி ஊக்குவிக்க வேண்டும், ஒருவரைப் புண்படுத்துவது, பூவால் வருடுவது இரண்டையும் செய்யும் வல்லமை படைத்தது நம் நாக்கு.

ஒருவர் கூறும் நல்ல இனிமையான சொல், விரக்தியின் விளிம்பில் இருப்பவரைக்கூட மலர்ச்சியடையச் செய்கிறது. ஒருவர் வீசும் கடுஞ் சொல்லோ, நல்ல மனநிலையில் இருப்பவரைக்கூட வேதனைப்பட வைக்கிறது.

இனிய கனியைத் தேர்ந்தெடுப்பதா...?, புளிக்கும் காயைத் தேர்ந்தெடுப்பதா...? - இரண்டும் நம் கையில்தான்...

_*அல்ல. அல்ல. நம் நாவில்தான் இருக்கிறது...*_

தயவுசெய்து (Please), மன்னிக்கவும் (Sorry), நன்றி (Thank you) இவற்றை தாராளமாகப் பேச்சினூடே பயன்படுத்த வேண்டும்...

*ஆம் நண்பர்களே...!

நாம் பேசும் ஒவ்வொரு வார்த்தைக்கும் வலிமை உண்டு. அத்தகைய ஆற்றலும், சக்தியும் வாய்ந்த பேச்சு நம்மிடம் இருந்து வெளிப்பட வேண்டும்...

நமது பேச்சு பிறரை மகிழ்ச்சியுறுவதற்காகவும், எவ்வகையிலும் பிறரைக் காயப்படுத்தாததாகவும் அமைய வேண்டும்...

ஒருவரிடம் பேசும்பொழுது சூழ்நிலைக்கு ஏற்ற வகையில் சிந்தித்து சுயமாகப் பேசவேண்டும்...

*வாக்கினிலே இனிமை சேர்ந்தால் வாழ்வினிலும் இனிமையே கூடும்தானே...?

ஒரு உறவில் முன்னிலை படுத்தப்பட வேண்டியது அழகோ, அறிவோ, பணமோ, அன்போ, புகழோ, திறமையோ அல்ல...நேர்மை தான்...

பாதையை தேடுபவன் சாதாரண மனிதன்..!பாதையை உருவாக்குபவன் சாதனை மனிதன்..!!

*'தொலைத்த' நொடிகளை தேடி. 'இருக்கும்' நிமிடங்களை தொலைக்காதீர்.!!

*கொண்டு செல்ல ஒன்றும் இல்லை இந்த உலகில்... கொடுத்து செல்வோம் உண்மையான அன்பையும், நட்பையும்.!

செல்லும் பாதை சரியாக இருந்தால் வேகமாக அல்ல... மெதுவாக ஓடினாலும் வெற்றி தான்.!!

*வேண்டும் போது கிடைக்காத அன்பும்... வேண்டாத போது கிடைக்கும் அன்பும் உயிரற்றது தான்..!!

*நீங்கள் யார் என்பதை உங்கள் செயல் தான் சொல்லணுமே தவிர...அடுத்தவர் சொல்லக்கூடாது..!!

முயற்சி தான் நம் கையில் உள்ளது. முடிவு அல்ல... அதனால் எதையும் துணிவோடு முயற்சி செய்யுங்கள்..!!

*வாழ்க்கையில் எவ்வளவு உயர்ந்தாலும் கடந்து வந்த பாதையை மறந்துவிடக் கூடாது!

*கஷ்டகாலத்தில் உடன் இருப்பவனே உண்மை நண்பன்!

*காலத்தில் செய்த உதவியை கருத்தில் கொள்பவனே கண்ணியமிக்-கவன்!

*தினை அளவு உதவி செய்தாலும் அதை பனை அளவாகக் கொள்வர் அதன் பயன் தெரிந்தவர்கள்!

*உரிய நேரத்தில் செய்த உதவியை சிறியதாக இருந்தாலும் அதை உலகத்தை காட்டிலும் பெரிதாக நினைப்பவர்கள் உத்தமர்கள்!

*மலை அளவு கஷ்டத்தையும், பனி போல கரைந்திட செய்யும் மனவலிமை பெற்றவர்கள் கஷ்டங்களிலேயே கலந்து கரைகண்டவர்கள்!

சோதனைகள் மனிதனின் மன வளத்தை அதிகரிக்கும்.._*

வெற்றிகள் அவனது தலைகனத்தை அதிகரிக்கும்

தோல்விகள் அவனை அடையாளம் காட்டும்

சிந்தனைகள் மட்டுமே அவனுக்கு நல்வழி காட்டும்.!

_சிந்தித்து செயலாற்றுங்கள்_

சந்தோசம் எனும் சவாரி..!!*

சந்தோசம் எனும் சவாரி போவோம்

சந்தோசத்தை தன்னுள்ளே வைத்திருக்கிறவன் அதை வெளியே தேடிக் கொண்டிருக்க மாட்டான். அதற்காக அவன் அலையப் போவ-துமில்லை.

சந்தோசம், சந்தோசமாக இருக்கவேண்டும் என்ற உங்கள் எண்ணத்-தில் தான் இருக்கிறது. கவலைப் படுவதற்கான காரணிகளைத் தேடித்-

தேடி கவலைப்பட்டுக் கொண்டு இருக்கிற நீங்கள் தான் அங்கிருக்கும் சந்தோசத்திற்கான வெளியை மறைத்துக்கொண்டு இருக்கிறீர்கள்.

கேவலம் டிபன் பாக்ஸில் இருக்கிற உப்புமாவிற்கு... உங்கள் சந்தோ-சத்தைக் கெடுக்கும் வல்லமை இருக்குமென்றால், உங்களின் சந்தோஷ உணர்வு எவ்வளவு பலவீனமானதாக இருக்கிறது என்று யோசித்துப்பா-ருங்கள்.

ஏன் இப்படித் தேடித்தேடிக் கவலையை அனுபவிக்க நீங்கள் உங்கள் சக்தியை செலவிடுகிறீர்கள். காரணம்,

*உங்கள் சந்தோசத்தை நீங்கள் தீர்மானிப்பதில்லை... அது தான் நிதர்சனமான உண்மை.

சந்தோசத்தை உங்களுக்குள் வைத்திருங்கள்.. அப்படி வைத்திருந்-தால் யாராலும் அதை தொந்தரவு செய்ய முடியாது. நீங்களும் சந்தோ-சத்தை நிறையப் பேருக்குக் கொடுக்கலாம்.

நம் அக்கறை சிரிக்கக் கூடாது என்பதில் இல்லை... உண்மையில் பார்த்தால் அது அழக்கூடாது என்கிற நம் அச்சத்தின் மீது தான் இருக்-கிறது.

சிரிப்பு வந்தால் சிரியுங்கள். நாளைக்கு அழுகை வந்தால், அழுது கொள்ளலாம். கொஞ்சமாகச் சிரித்து கொஞ்சமாக அழுவதை விட... நிறையச் சிரித்து நிறைய அழுங்களேன்.

நாம் மகிழ்வோடு இருப்பதற்காக படைக்கப்பட்டவர்களா... இல்லை அழுது கொண்டு திரியட்டும் என்று சொல்லி படைக்கப்பட்டவர்களா? நிச்சயமாக அழுது புலம்புவதற்காக மட்டும் படைக்கப் பட்டிருக்க மாட்-டோம்.

‘இங்கே சந்தோசங்கள் நிறைய இருக்கின்றன. அனுபவிக்கத் தான் ஆள் இல்லை‘என்கிறது ஒரு சீனப் பழமொழி.

நாளை உலகம் இல்லை என்றால் நீங்கள் என்ன செய்வீர்கள்..? அநேகமாய்.. நாளைக்கு உலகம் இருக்காதா? அய்யய்யோ அப்படி உலகம் இல்லையானால் என்ன செய்வது என்று இப்போதே கவலைப்பட ஆரம்பித்து விடுவீர்கள்.

நாளை குறித்த எல்லாக் கவலைகளுக்கும் பின்னால் இருப்பது.. தோல்வி குறித்த பயம் தான். ஜெயித்துக் கொண்டு இருக்க வேண்டுமா-னால் நீங்கள் வெற்றியை பற்றி மட்டுமே யோசிக்க வேண்டும்...

தோல்வியைப் பற்றியல்ல. தோற்காமல் இருக்க வேண்டுமே என்பதற்காக நீங்கள் ஜெயிக்கப் பார்த்தால், தோல்வி தான் உங்களுக்கு மிஞ்சும்.

எதையும் செய்யாமல் தன்னுடைய பிரச்சனைகளைப் பற்றியே கவலைப்பட்டுக் கொண்டிருக்கின்ற ஒரு மனிதன் இருந்தான். அவன் அதிகமாகக் கவலைப்பட்ட போது அவனுடைய அதைரியமும் அதிகமாயிற்று. முடிவில் தற்கொலை செய்து கொள்ளத் தீர்மானித்தான்.

தன்னுடைய இந்த முடிவு, தன்னுடைய குடும்பத்தினருக்கும் நண்பர்களுக்கும் தெரியக்கூடாது என்று அவன் விரும்பினான். கட்டடத்தைச் சுற்றி சுற்றி ஓடி இயற்கையான மாரடைப்பை உண்டாக்கி மரணம் அடைய வேண்டும் என்று எண்ணினான்.

ஆகவே, ஓட ஆரம்பித்தான். ஓடிக் கொண்டே இருந்தான். அதிகமாக ஓட ஓட அவனுடைய களைப்பும் அதிகமாயிற்று. களைப்பு மிகுதியாகவே களைப்பைத் தவிர வேறு எதையும் அவனால் உணர முடியவில்லை. படுக்கைக்குச் சென்று ஓய்வு எடுக்க வேண்டும் என்று மட்டும் தான் அவனால் எண்ண முடிந்தது. படுக்கையில் படுத்து உறங்கிப் போனான்.

பன்னிரண்டு மணி நேரம் கனவுகளே இல்லாத ஆழ்ந்த உறக்கத்தில் அவன் கழித்தான். எழுந்த போது புத்துணர்ச்சியுடன் இருந்தான். எந்தப் பிரச்சனையும் சந்திக்க முடியும் என்கிற ஆர்வம் தன்னுள் தோன்றி இருப்பதையும் உணர்ந்தான்.

வெற்றியை மட்டும் மனதில் வைத்துக்கொண்டு ஓடுங்கள்.. அதிவேகமாக..!

தோல்வி உங்களைத் துரத்தட்டும்.. பரவாயில்லை. ஆனால், தோல்வியை துரத்திக் கொண்டு நீங்கள் ஓடாதீர்கள்..!!

_ஒருவர் தன்னை தாழ்த்திக்_

_கொள்வதும்..._

*_உயர்த்திக் கொள்வதும்,

*_அவரவர் மனதைப் பொறுத்ததே..

'மனம்' தன்னை உயர்த்திக்

கொள்ளப் பழகிவிட்டால்...

*_இனையில்லாத இன்ப_*

*_நிலையை அடையலாம்..

படுத்தே இருப்பவனுக்கு பாயே பகையாகும்..! பேசிய திரிபவனுக்கு வாயே பகையாகும்..! பாயைச் சுருட்டினால் ஆரோக்கியமாக வாழலாம், வாயை சுருக்கினால் ஆனந்தமாக வாழலாம்..!

மரங்கள் மன்னிற்கு அடியில் கிடைக்கும் ஒரு சில தண்ணீரை உட்-கொண்டு தன்னிடம் மற்றவர்கள் வந்து ஓய்வு எடுக்கும் அளவிற்கு உயர்ந்து நிற்கிறது

நீங்களும் உங்களுக்கு கிடைக்கும் வாய்ப்புகளை சரியாக பயன்ப-டுத்தி மற்றவர்கள் வியக்கும் அளவிற்கு உயர்ந்து காட்டுங்கள்

உங்களால் முடியாது யாராலும் முடியாது யாராலும் முடியாதது உங்-களால் முடியும்

அமைதியை தேடாதே ...

அமைதியாய் மாறி விடு ...

ஒருவனின் செயல் பிடிக்கவில்லை என்றால் ...

*அவன் மீது கோபப்படுவதை விட *அவனுக்கு கொடுக்கும் முக்கி-யத்துவத்தை குறைத்துக் கொள்ளுங்கள் ...*

உறவுகளுக்குள் சண்டை வருவது இயல்பு தான் ...

ஆனால் ...

அப்போது பேசும் வார்த்தைகள் தான் அந்த உறவை பிரிக்க கார-ணம் ஆகிவிடுகிறது ...

முதியோர் இல்லத்தில் முதியவர்கள் வாழவில்லை ...

பிழைத்துக் கொண்டு இருக்கிறார்கள் ...

வாழ்க்கையில் எப்போதுமே சந்தோஷமாக இருப்பது ஒரு கலை ...

அதை யாரிடமும் கற்றுக் கொள்ளவும் முடியாது ...

யாருக்கும் கற்றுக் கொடுக்கவும் முடியாது ...

*மௌனம் நிறைய விசயங்களை எளிதாகச் சொல்லிவிடுகிறது.

ராமாயணம்_108_வரிகளில்

1. அசல நிர்குண ஆத்ம ராமா
2. ஆனந்தப் பாற்கடல் அறிதுயில் ராமா
3. இந்திரன் முதல்தேவர் வேண்டிட ராமா
4. இகத்தில் அசுரரை அழித்திட ராமா
5. பரத லக்ஷ்மண சத்ருக்னர் ராமா
6. கூடவே பிறந்த தசரத ராமா

7. வில் அம்பு வித்தைகள் பல பயின்ற ராமா
8. யாகமும் தபசும் ரக்ஷிக்க ராமா
9. விசுவாமித்திரன் வேண்டிட ராமா
10. சென்று மந்திரம் கற்றனை ராமா
11. சுபாஹோடு அசுரர் தாடகை ராமா
12. லக்ஷ்மணனுதவியில் வெட்டிய ராமா
13. முனிவர் துதிக்கத் தங்கிய ராமா
14. மூர்க்கர் அண்டாது காத்தயோ ராமா
15. பாலப் பருவம் கடந்திட்ட ராமா
16. பக்தன் ஞானி ஜனகன் ராமா
17. மகளா முலகத் தாயவள் ராமா
18. உறையும் நகர்க்கே நடந்தாய் ராமா
19. கல்லாய்ச் சமைத்த காரிகை ராமா
20. அடியின் தூளிபட் டெழுந்தனள் ராமா
21. மிதிலை ஸ்வயம்வர சபைசேர் ராமா
22. முறித்தே வில்லை ஜயங் கொண்ட ராமா
23. ஜானகி தேவியை மணந்தாய் ராமா
24. பரசுராமன் பலம்பறி ராமா
25. அயோத்தி யடைந்த சுந்தர ராமா

அயோத்யா காண்டம்

26. பண்டைப் பகைகூனி தூண்டிட ராமா
27. கைகேயி ஏவலால் தசரதன் ராமா
28. வாக்கைக் காத்திடக் கானகம் ராமா
29. சென்றாய் லக்ஷ்மணனுடன் சீதா ராமா
30. நட்பினால் குஹனைத் தழுவிய ராமா
31. முனிவர் ஆச்ரமம் உறைந்தனை ராமா
32. தசரதன் மாளப் பரதனும் ராமா
33. சித்திரக் கூடம் அடைந்தனன் ராமா
34. சுந்தரப் பாதுகை தந்தனை ராமா

ஆரண்ய காண்டம்

35. தென்திசை ஆரண்யம் புகுந்தனை ராமா
36. முனிவர் பலர்முன் தோன்றினை ராமா
37. துஷ்ட விராதனைக் கொன்றனை ராமா

38. தமிழ்முனி அகஸ்தியர் அருள் பெறு ராமா
39. பஞ்சவடித் தலம் உறைந்தனை ராமா
40. சூர்ப்பநகை பங்கம் அடைந்தனள் ராமா
41. கரதூஷணர்கள் அழிந்தனர் ராமா
42. ராவணத் துறவி சீதையை ராமா
43. மாயமாய் அகற்றிட அலைந்தனை ராமா
44. கபந்தன்கை கண்டஞ் செய்தருளிய ராமா
45. அன்புறு சபரிகை விருந்துண்ட ராமா

கிஷ்கிந்தா காண்டம்

46. அநும சுக்ரீவர்க் கஞ்சலாம் ராமா
47. அகந்தை வாலியைக் கொன்றுமே ராமா
48. தம்பிக்கே பட்டம் கட்டினாய் ராமா
49. வானர வீரன் அநுமான் ராமா
50. தூதனாய்ச் செல்ல ஏவின ராமா
51. கணையாழி அடையாளம் தந்தனை ராமா
52. அங்கத ஜாம்பவர் தேடினர் ராமா
53. ஜடாயுமுன் சம்பாதி சொன்னான் ராமா
54. மஹேந்திரப் பெயருடைமலை மேல் ராமா
55. அடியவன் அநுமான் நின்றான் ராமா

சுந்தர காண்டம்

56. அநுமான் கடலைத் தாண்டினான் ராமா
57. லங்கினி கிழித்து லங்கையுள் ராமா
58. நாமத்தின் மகிமையால் நுழைந்தனன் ராமா
59. அசோகவனத்தில் வணங்கினான் தேவியை ராமா
60. தேவிக்கு மோதிரம் தந்தனன் ராமா
61. ராவண அரக்கனைத் தூஷித்தே ராமா
62. லங்கை எரித்துத் திரும்பினான் ராமா
63. கண்டேன் சீதையை என்றனன் ராமா
64. தேவியின் முடிமணி தந்தனன் ராமா

யுத்த காண்டம்

65. தேவியின் பிரிவால் புலம்பிய ராமா
66. வானர சைன்யம் கடற்கரை வந்தது ராமா
67. விபீஷணன் சரணம் அடைந்தனன் ராமா

68. ஆழிக் கணையும் கட்டினை ராமா
69. அணிலும் ஆழிக்கணைக்கு மணலை அளித்து ராமா
70. அரக்கன் கோட்டையைத் தகர்த்தே ராமா
71. தந்திரன் மேல்போர் தொடுத்தாய் ராமா
72. அநுமான் சஞ்சீவி தந்தனன் ராமா
73. கும்பகர்ணன் தலை வெட்டினை ராமா
74. இந்திரஜித்தன் மடிந்தான் ராமா
75. அஹிமஹி ராவணர் அழித்தபின் ராமா
76. விடுத்துநின் கூரிய அம்பினை ராமா
77. ராவணன் கவசம் பேதித்த ராமா
78. ராவணன் தலைகளை அறுத்தும் ராமா
79. அழியா முக்தி தந்தாய் ராமா
80. விபீஷணன் முடிசூட்டினை ராமா
81. கண்டே சீதையை அணைந்தாய் ராமா
82. புட்பக விமானத்தில் திரும்பினை ராமா
83. பரதன் உயிரைக் காத்தனை ராமா
84. அயோத்தி புகுந்து குடிகளை ராமா
85. ஆனந்த வெள்ளத் தாழ்த்தியே ராமா
86. பட்டாபிஷேகம் கொண்டனை ராமா
87. பாரைப் பரம்செய்து ஆண்டனை ராமா
88. மாயப் பழியது தீர்க்கும் ராமா
89. கருப்பிணி யிருந்து காக்கும் ராமா
90. கவிவரன் வால்மீகி பாடிய ராமா
91. லவகுசர் தந்தை யாகிய ராமா
92. அசுவ மேதம் நடத்திய ராமா
93. கோமள ஜானகி நாயக ராமா
94. மறைகள் போற்றிடும் மன்மத ராமா
95. பண்புடன் எம்மைக் காக்கும் ராமா
96. ஞானம் தந்தே நிற்கும்ஓ ராமா
97. துஷ்டர் அழியத் தோன்றிய ராமா
98. நல்லோர் காப்பும் அமைத்தபின் ராமா
99. பன்னக சயனனாய்ச் சென்றாய் ராமா
100. முனிவர் கதையும் முடிந்ததே ராமா

101. பணிவோர் ஜபிக்கும் நாமத்தோன் ராமா
102. கதிரவ குலத்துத் திலகமே ராமா
103. பயமழி மங்கள புங்கவ ராமா
104. நரஹரி ராகவ நாரண ராமா
105. அற்புத மெய்ச்சுக கைவல்ய ராமா
106. ஹனுமானிதயத் துறையும் ராமா
107. ராம ராம ஜய ராஜா ராமா
108. ராம ராம ஜய சீதாராமா.

ஒளவையாருக்கும் வள்ளலாருக்கும் என்ன ஒற்றுமை ?மற்றும் வேற்றுமை?

இருவரும் இயற்றிய செய்யுள்களிலிருந்து இதைப் பதிவிடுகின்றேன்.
ஔவையார் இயற்றிய உலக நீதி செய்யுள்.

ஓதாமல் ஒரு நாளும் இருக்க வேண்டாம்
ஒருவரையும் பொல்லாங்கு சொல்ல வேண்டாம்
மாதாவை ஒரு நாளும் மறக்க வேண்டாம்
வஞ்சனைகள் செய்வாரோடிணங்க வேண்டாம்.
நெஞ்சாரப்பொய் தன்னைச் சொல்ல வேண்டாம்
நிலையில்லாக் காரியத்தை நிறுத்த வேண்டாம்
அஞ்சாமல் தனி வழியே போக வேண்டாம்
அடுத்தவரை ஒரு நாளும் கெடுக்க வேண்டாம்
மனம் போன போக்கெல்லாம் போக வேண்டாம்
மாற்றானை உறவென்று நம்ப வேண்டாம்
சினந் தேடி அல்லலையும் தேட வேண்டாம்
சினந் திருந்தார் வாசல் வழிச் சேரல் வேண்டாம்.
வார்த்தை சொல்வார் வாய் பார்த்துத் திரிய வேண்டாம்
மதியாதார் தலை வாசல் மிதிக்க வேண்டாம்
மூத்தோர் சொல் வார்த்தை தனை மறக்க வேண்டாம்
முற்கோபக்காரரோடிணங்க வேண்டாம்.

பத்து வயது கூட நிரம்பாமல் பள்ளியில் படித்துக் கொண்டிருந்த ஒரு சிறிய மாணவனாக இருந்த வள்ளலார் பெருமானுக்கு வேண்டாம் என்ற எதிர்மறையான வார்த்தைகளைக் கூற விரும்பாமல் 'வேண்டும்','வேண்டும்' என ஒரு நேர்மறையான கருத்துக்களைக் கூறும் பாடலைப் பாடினார்

இது நடந்தது மிகவும் பழைய காலமல்ல, 150 ஆண்டுகளுக்கு முன்னாள் நடந்த ஒரு சம்பவம்.

பத்து வயது கூட நிறைவடையாமல் ஒரு சிறிய மாணவனாக பள்ளியில் படித்துக் கொண்டிருந்த வள்ளலார் பெருமானுக்கு பிறவியிலேயே ஞானம் மிகுதியாக இருந்தது.

ஒரு முறை அவரது ஆசிரியர் மாணவர்களுக்கு ஔவையாரின் ஆத்திச்சூடியை சொல்லிக் கொடுக்கிறார்

"ஓதாமல் ஒரு நாளும் இருக்க வேண்டாம்"

மாணவனாக இருந்த வள்ளலார் மட்டும் ஆத்திச்சூடியை சொல்லவில்லை.

ஆசிரியருக்கு கோபம் வந்து விட்டது

"ஏண்டா வாயைத் திறக்க மாட்டேங்குற"

"வேண்டாம், வேண்டாம் என்று சொல்லப் பிடிக்கவில்லை அய்யா, வேண்டும் வேண்டும் என இதை மாற்றிப் பாடலாம் அல்லவா" என்கிறார வள்ளலார்

ஆசிரியர் திகைத்தார், அவரின் திகைப்பு அடங்கும் முன்னரே, சின்னஞ்சிறு பிள்ளையான வள்ளலார் கீழ்கண்டவாறு பாடுகிறார்

ஒருமையுடன் நினது திருமலரடி நினைக்கின்ற
உத்தமர் தம் உறவு வேண்டும்
உள்ளொன்று வைத்துப் புறமொன்று பேசுவார்
உறவு கலவாமை வேண்டும்
பெருமை பெறு நினது புகழ் பேச வேண்டும்
பொய்மை பேசாதிருக்க வேண்டும்
பெருநெறி பிடித்தொழுக வேண்டும்
மதமான பேய் பிடியாதிருக்க வேண்டும்
மருவு பெண்ணாசையை மறக்கவே வேண்டும்
உனை மறவாதிருக்க வேண்டும்
மதிவேண்டும் நின் கருணை நிதி வேண்டும்
நோயற்ற வாழ்வு நான் வாழ வேண்டும்
தருமிகு சென்னையில் கந்தகோட்டத்துள் வளர்
தலமோங்கு கந்தவேளே
தண்முகத் துய்யமணி உண்முகச் சைவமணி
சண்முகத் தெய்வமணியே.

ஔவையார் 'வேண்டாம்' என எதிர்மறையாகவும், வள்ளலார் 'வேண்டும்' என நேர்மறையாகவும் என நீதிக் கருத்துக்களை பாடியது இருவருக்குமுள்ள வேற்றுமை!

ஔவையாரும் வள்ளலாரும் நல்ல நீதி கருத்துக்களைப் பாடியது இருவருக்குமுள்ள ஒற்றுமை.

அதைவிட இருவருமே தமிழ்ஞானக் கடவுளான முருகனின் தரிசனம் பெற்றவர்கள் என்பது இருவருக்குமுள்ள பெரிய ஒற்றுமை.

ஔவையாருக்கு சுட்ட பழம் வேண்டுமா? சுடாத பழம் வேண்டுமா?எனக்கேட்டு முருகப்பெருமான் தரிசனம் கொடுத்தார்.

வள்ளலாருக்கு முருகப்பெருமான்
கண்ணாடியில் தரிசனம் கொடுத்தார்.

ஔவையார், வள்ளலார் இருவருமே சித்தர்களுக்கு எல்லாம் சித்தனான முருகப்பெருமானிடம் நிறைவுத் தீட்சை பெற்று மரணமிலாப் பெருவாழ்வு எய்தியவர்கள் என்பது மறுக்க முடியாத ஒற்றுமை!

சில சமயம் நீங்களே உணர்ந்திருக்கலாம். எதைப் பார்த்தாலும் வெறுப்பாக இருக்கும். யாரைப் பார்த்தாலும் எரிச்சல் வரும். மனதுக்குள் தோற்றுவிட்டதுபோல் ஒரு வெறுமை உண்டாகும். அப்படியானால், மனச்சோர்வு என்ற எதிரியை உள்ளே அனுமதித்துவிட்டீர்கள் என்று அர்த்தம்!

மனச்சோர்வு எதனால் வருகிறது அடிப்படையில் உங்களுக்கு என்ன நிகழ்கிறது? ஒருவர் தீக்குச்சி பற்றவில்லை என்றாலே துக்கமாகிவிடுவார். இன்னொருவர் வீடே தீப்பற்றி எரிந்தாலும், அலட்டிக் கொள்ள மாட்டார்.

நீங்கள் விரும்பியபடி யாரோ நடக்கவில்லை. எதிர்பார்த்தபடி எதுவோ நிகழவில்லை. ஆசைப்பட்டபடி வாழ்க்கை அமையவில்லை. சுருக்கமாகச் சொன்னால், உங்களுக்கு என்ன கிடைத்திருக்கிறதோ, அதை ஏற்றுக் கொள்ள முடியாமல், நீங்கள் தவிக்கிறீர்கள். அதை எதிர்க்கிறீர்கள். நீங்கள் மனச்சோர்வுடன் இருக்கும்போது எல்லாம், மற்றவர்கள் உங்களைப் புரிந்து கொள்ள வேண்டும் என்று ஆசைப்படுகிறீர்கள். உங்களுடன் உட்கார்ந்து மற்றவர்களும் அழ வேண்டும் என்று விரும்புகிறீர்கள். இரக்கத்தை யாசிக்கிறீர்கள்.

என்ன பைத்தியக்காரத்தனம் இது? உங்கள் விருப்பப்படி எல்லாம் உலகம் ஏன் நடக்க வேண்டும்? நீங்கள் விரும்பியபடியெல்லாம் தங்களை

ஏன் மற்றவர்கள் ஏய்த்துக் கொள்ள வேண்டும்? அகங்காரம் எங்கே இருந்தாலும், அதற்கு அடி விழத்தான் செய்யும். அப்போது, மனச்-சோர்வு முளைத்து எழும். அது உங்களைப் பற்றிய நம்பிக்கைகளைத் தகர்த்துவிடும். வெளியே இருந்து ஆயுதங்களால் தாக்குபவர்களைக் கூட சரியாகக் கையாண்டால், சமாளித்துவிடலாம்.

மனச்சோர்வு என்பது உள்ளிருந்து கொண்டே, கீறிக் கிழித்துக் குடைந்து உங்களை உபயோகமில்லாமல் அழித்துவிடும் விஷ ஆயுதம். உங்களை நீங்களே தாக்கி அழித்துக் கொள்வதைப் போன்ற முட்டாள்-தனம் அது! எதை நினைத்தும் சும்மா வருத்தப்பட்டுக் கொண்டு இருப்-பதால், எந்தப் பலனும் இல்லை.

மனச்சோர்வு வரும்போதெல்லாம் மற்றவர்கள் மீது எரிச்சல் கொள்-வதை நிறுத்திவிட்டு, அதற்குக் காரணம் நீங்கள்தான் என்பதைப் புரிந்து கொள்ளுங்கள். உலகத்தின் மீது கோபம் கொள்ளாதீர்கள். உங்கள் குறைகளை உணர்ந்து அவற்றை மாற்றிக் கொள்ளக் கிடைத்த அற்பு-தமான வாய்ப்பு இது என்று உணருங்கள். வலிகளும், வேதனைகளும் நிரம்பிய அனுபவங்களையே வாழ்க்கைப் பாடங்களாக ஏற்று, உங்களைப் பக்குவப்படுத்திக் கொள்ள வழங்கப்பட்ட வரம் இது!

எதிர்பார்ப்பை வளர்த்துக் கொண்டதால்தான் ஏமாற்றங்கள் என்பதை உணருங்கள். அகங்காரத்தை விட்டொழியுங்கள். மாற்றுக் கருத்துக்க-ளையும் எதிர்க்காமல் ஏற்கப் பழகுங்கள். அவற்றையே உங்களுக்குச் சாதகமாக மாற்றக் கொள்வது எப்படி என்று திட்டமிடுங்கள். கிடைக்கும் அனுபவங்களை உங்களுக்குப் பயனுள்ளதாக மாற்றிக் கொள்ளுங்கள்..!!

சில சமயம் நீங்களே உணர்ந்திருக்கலாம். எதைப் பார்த்தாலும் வெறுப்பாக இருக்கும். யாரைப் பார்த்தாலும் எரிச்சல் வரும். மனதுக்குள் தோற்றுவிட்டதுபோல் ஒரு வெறுமை உண்டாகும். அப்படியானால், மனச்சோர்வு என்ற எதிரியை உள்ளே அனுமதித்துவிட்டீர்கள் என்று

அர்த்தம்!

மனச்சோர்வு எதனால் வருகிறது அடிப்படையில் உங்களுக்கு என்ன நிகழ்கிறது? ஒருவர் தீக்குச்சி பற்றவில்லை என்றாலே துக்கமாகிவிடுவார். இன்னொருவர் வீடே தீப்பற்றி எரிந்தாலும், அலட்டிக் கொள்ள மாட்டார்.

நீங்கள் விரும்பியபடி யாரோ நடக்கவில்லை. எதிர்பார்த்தபடி எதுவோ நிகழவில்லை. ஆசைப்பட்டபடி வாழ்க்கை அமையவில்லை. சுருக்கமாகச் சொன்னால், உங்களுக்கு என்ன கிடைத்திருக்கிறதோ, அதை ஏற்றுக் கொள்ள முடியாமல், நீங்கள் தவிக்கிறீர்கள். அதை எதிர்க்கிறீர்கள். நீங்கள் மனச்சோர்வுடன் இருக்கும்போது எல்லாம், மற்றவர்கள் உங்களைப் புரிந்து கொள்ள வேண்டும் என்று ஆசைப்படுகிறீர்கள். உங்களுடன் உட்கார்ந்து மற்றவர்களும் அழ வேண்டும் என்று விரும்புகிறீர்கள். இரக்கத்தை யாசிக்கிறீர்கள்.

என்ன பைத்தியக்காரத்தனம் இது? உங்கள் விருப்பப்படி எல்லாம் உலகம் ஏன் நடக்க வேண்டும்? நீங்கள் விரும்பியபடியெல்லாம் தங்களை ஏன் மற்றவர்கள் ஏய்த்துக் கொள்ள வேண்டும்? அகங்காரம் எங்கே இருந்தாலும், அதற்கு அடி விழத்தான் செய்யும். அப்போது, மனச்சோர்வு முளைத்து எழும். அது உங்களைப் பற்றிய நம்பிக்கைகளைத் தகர்த்துவிடும். வெளியே இருந்து ஆயுதங்களால் தாக்குபவர்களைக் கூட சரியாகக் கையாண்டால், சமாளித்துவிடலாம்.

மனச்சோர்வு என்பது உள்ளிருந்து கொண்டே, கீறிக் கிழித்துக் குடைந்து உங்களை உபயோகமில்லாமல் அழித்துவிடும் விஷ ஆயுதம். உங்களை நீங்களே தாக்கி அழித்துக் கொள்வதைப் போன்ற முட்டாள்தனம் அது! எதை நினைத்தும் சும்மா வருத்தப்பட்டுக் கொண்டு இருப்பதால், எந்தப் பலனும் இல்லை.

மனச்சோர்வு வரும்போதெல்லாம் மற்றவர்கள் மீது எரிச்சல் கொள்வதை நிறுத்திவிட்டு, அதற்குக் காரணம் நீங்கள்தான் என்பதைப் புரிந்து கொள்ளுங்கள். உலகத்தின் மீது கோபம் கொள்ளாதீர்கள். உங்கள் குறைகளை உணர்ந்து அவற்றை மாற்றிக் கொள்ளக் கிடைத்த அற்புதமான வாய்ப்பு இது என்று உணருங்கள். வலிகளும், வேதனைகளும் நிரம்பிய அனுபவங்களையே வாழ்க்கைப் பாடங்களாக ஏற்று, உங்களைப் பக்குவப்படுத்திக் கொள்ள வழங்கப்பட்ட வரம் இது!

எதிர்பார்ப்பை வளர்த்துக் கொண்டதால்தான் ஏமாற்றங்கள் என்பதை உணருங்கள். அகங்காரத்தை விட்டொழியுங்கள். மாற்றுக் கருத்துக்களையும் எதிர்க்காமல் ஏற்கப் பழகுங்கள். அவற்றையே உங்களுக்குச் சாதகமாக மாற்றக் கொள்வது எப்படி என்று திட்டமிடுங்கள். கிடைக்கும் அனுபவங்களை உங்களுக்குப் பயனுள்ளதாக மாற்றிக் கொள்ளுங்கள்..!!

அவமானங்களுக்கு மத்தியில் மன
அமைதியாக வாழ்வது எப்படி..?

எதிரில் இருப்பவர்கள் எதை பேசினாலும், எப்படி பேசினாலும் அவைகளை எல்லாம் உள்வாங்கிக்கொண்டு நமது மனதை சலனப்படுத்தி வேதனைக்கு உள்ளாக்குகிறது..

நம்மில் பலரும் எதிர்மறையாக ஏதாவது ஒன்று நடந்து முடிந்துவிட்ட பின்பு அதைப்பற்றி அதிகமாக சிந்திக்கிறோம்.

பேச கூடாத ஏதாவது ஒன்றை ஆத்திரத்தில் பேசிவிட்டு, 'அப்படி நாம் உணர்ச்சிவசப்பட்டு பேசியிருக்கக்கூடாது' என்றும், பார்க்கக்கூடாத ஒன்றை பார்த்துவிட்டு, 'அதை பார்த்தது தவறாகிவிட்டதே' என்றும், கேட்கக்கூடாத செய்தி எதையாவது கேட்டுவிட்டு, அதை நினைத்தும் புலம்பிக்கொண்டிருப்போம்.

கண்கள் பார்க்கும். காதுகள் கேட்கும். வாய்கள் பேசும்.

அந்த உறுப்புகளுக்கு தெரியுமா, எது நல்லது எது கெட்டது என்று? தெரியாது!

நாம் தேவையற்றதை பார்க்கக்கூடாது. தேவையற்றதை பேசக்கூடாது. தேவையற்றதை கேட்கக்கூடாது என்றால், நமக்கு புலனடக்கம் தேவை.

நம்மிடம் ஐந்து புலன்கள் இருக்கின்றன.

நாம் இடும் கட்டளைகளின்படி இயங்கவேண்டிய அந்த புலன்கள் இன்று, சூழ்நிலை என்ற எதிராளியின் வசப்பட்டு நமக்கு எதிராக செயல்பட்டுக் கொண்டிருக்கின்றன.

அதனால் எதிரில் இருப்பவர்கள் எதை பேசினாலும், எப்படி பேசினாலும் அவைகளை எல்லாம் உள்வாங்கிக்கொண்டு நமது மனதை சலனப்படுத்தி வேதனைக்கு உள்ளாக்குகிறது.

நாம் வார்த்தைகளால் ஒருவரை கண்டபடி பேசிவிடுகிறோம் என்றால், பேசிய வாய்

ஒரு ஜடப் பொருள்.

ஆனால் அவரை வேதனைப்படுத்திய

சக்தி, அந்த வார்த்தைகளில்தான் இருக்கிறது.

நாம் பார்க்கும் காட்சியால் மனது சலனப்படுகிறது என்றால், அதை பார்க்கும் கண்களால் அந்த சலனம் உருவாகவில்லை.

அதை பார்த்து நமக்குள் உருவாகும் கண்ணோட்டத்தால்தான் அந்த சலனம் உருவாகிறது.

தகவல்களை கேட்கும் காதுகளுக்கும் எந்த சக்தியும் இல்லை.

அதன் வழியே உள்வாங்கிக்கொள்ளும் தகவல்களுக்குத்தான் நம் எண்ணங்களிலும், நம்பிக்கையிலும் தாக்கத்தை ஏற்படுத்தும் சக்தி இருக்கிறது.

நமது ஐந்து புலன்களும் குதிரைகளாக ஓடிக்கொண்டிருந்தாலும் அவைகளோடு பிணைக்கப்பட்டு கண்களுக்கு தெரியாத கடிவாளங்களாக செயல்படுவது நம் மனமும், புத்தியும்தான்.

அந்த கடிவாளங்கள்தான் நம் கட்டுப்பாட்டிற்குள்ளும், நம் கைகளுக்குள்ளும் இருக்கவேண்டியவை.

புலனடக்கத்தின் மூலம் நாம் சூட்சுமமாக செயல்படும் கண்களுக்கு புலப்படாத மனதை அடக்கவேண்டும்.

நமது மனதிற்கு கண்கள் இல்லாமல் பார்க்கும் சக்தியும், காதுகள் இல்லாமல் கேட்கும் சக்தியும், வாய் இல்லாமல் நினைத்ததை வெளிப்படுத்தும் சக்தியும் இருக்கிறது.

ஆனால் அந்த சக்தியை நாம் உணருவதில்லை. மேம்படுத்துவதுமில்லை.

இந்த இயந்திரமயமான உலகத்தில் அடிக்கடி நாம் சுய கட்டுப்பாட்டை இழந்து விடுகிறோம்.

தெரியாமல் பேசிவிட்டேன்' என்பதன் மூலமும், 'தேவையற்றதை பார்த்துவிட்டேன்' என்பதன் மூலமும், நம் கட்டுப்பாட்டை மீறி அனைத்தும் நடந்துகொண்டிருப்பதை ஒத்துக்கொள்கிறோம்.

சிந்தித்து செயல்படுவது என்ற நிலை தலைகீழாக மாறி, செயல்பட்டுவிட்டு சிந்தித்துக்கொண்டிருக்கிறோம்.

இதை நீங்கள் படிக்கும்போது, 'ஒரு சம்பவம் திடீரென்று நடந்துவிடும் போது சிந்திக்க நேரம் இருக்காதே! உடனடியாக செயல்படவேண்டிய கட்டாயம் அப்போது ஏற்படுமே?' என்று உங்களுக்குள்ளே ஒரு கேள்வி எழுவது நியாயம்தான்.

எப்போதும் அமைதி தவழும் குளம் போன்று நிதானத்தோடு இருந்தால் எந்த சம்பவத்தாலும் நம்மை சலனப்படுத்த முடியாது.

என்ன நடந்தாலும் நாம் அமைதியாக இருப்போம். அப்போது நாம் சிந்தித்துதான் செயல்படுவோம்.

சிந்தித்து செயல்படும் பக்குவம் நமக்கு வந்துவிட்டால்,

அடுத்து சரியாக சிந்திக்கும் தெளிவு வந்துவிடும்.

தெளிவாக சிந்தித்து தெளிவாக செயல்பட நமக்கு சுய பயிற்சி தேவை.

அந்த பயிற்சியை எப்படி செய்யவேண்டும் தெரியுமா?

'அடுத்தவர்களை வலிக்கவைக்கும் வார்த்தைகளை எந்த நேரத்திலும் பயன்படுத்தமாட்டேன்'

'எனக்கு எதிராய் யார் எப்படி நடந்து கொண்டாலும் குரலை உயர்த்தி கோபத்தை வெளிப்படுத்தமாட்டேன்'

'யார் என்ன செய்தாலும் என் கையே நீ கட்டுப்பாட்டில் இரு.

நீ ஓங்கக்கூடாது'

'எவ்வளவுதான் அவமானம் சூழ்ந்தாலும் அடுத்தவர்களை அவமானப்படுத்தும் காரியத்தில் இறங்கமாட்டேன்'

என்று உங்களுக்குள்ளே கூறி, இந்த விஷயங்களை உங்களது அடி மனதில் ஆழமாக பதித்து

விடவேண்டும்.

நமது மனதும் ஒரு கம்ப்யூட்டர்தான்.

அதில் மேற்கண்ட நல்ல விஷயங்களை 'புரோகிராம்' போன்று பதித்து விடுங்கள்.

அப்போது கீபோர்டு போன்ற உங்கள் கண், காது, வாய்க்கு எந்த சக்தியும் இருக்காது.

என்ன நடந்தாலும் ஏற்கனவே பதிவு செய்து வைத்திருக்கும் அமைதியான புரோகிராம் தான் வெளிப்படும்.

அதன் மூலம் உங்கள் செயல்களில் தெளிவு ஏற்படும்.

நீங்கள் தவறானவைகளை கேட்கவோ, பார்க்கவோ பேசவோ மாட்-டீர்கள்!

பாசிட்டிவ்வாக இருப்பவர்களோடு பழகுங்கள்

நம்மைச் சுற்றி எப்போதுமே பாசிட்டிவ் வைப்ரேஷன் இருந்தால் நாம் இயல்பாகவே அதிக முனைப்போடு ஒரு விஷயத்தை செய்வோம். எனவே எதிர்மறை எண்ணத்தோடு ஒரு செயலை செய்பவர்களை எப்-போதும் பக்கத்தில் வைத்துக் கொள்ளாதீர்கள்.

"தெரியாது', "நடக்காது', "முடியாது' , "கிடைக்காது" என சொல்-பவர்களை விரட்டி விடுங்கள்.

உற்சாகமாக இருங்கள்*

சோகத்தை விட்டொழியுங்கள்.

எப்போதும் உற்சாகம் கொப்பளிக்க வேலையையும் செய்யுங்கள்.

இந்த வேலையைச் செய்ய வேண்டுமே என செய்து முடிக்காமல், *இந்த வேலையை நம்மை விட வேறு யாரும் இவ்வளவு சிறப்பாக செய்து விட முடியாது* என்பதை மற்றவர்களுக்கு உணர்த்த வேண்டும் என எண்ணி வேலை பாருங்கள்.

பவர்ஃபுல்லாக உணருங்கள்

உடல் வலிமை,

பண வலிமை எல்லாவற்றையும் தாண்டி

*மனவலிமை மிக முக்கியம்.

உங்களைப் போல இந்த உலகத்தில் பவர்ஃபுல்லானவர் யாருமில்லை.

உடனே சிரிக்காதீர்கள். இது தான் நிஜம். *உங்களின் பெஸ்ட் எது என்பது உங்களுக்கே இன்னும் தெரியவில்லை.*

உங்கள் வலிமையை உணர்ந்து செயலாற்றினால் நீங்கள் வேற லெவல் ஆள் பாஸ்.

*நேசியுங்கள்.

உங்களை நீங்களே நேசியுங்கள்.

இந்த உலகத்தில் தன்னை நேசிக்காத மனிதனால் வெற்றியடையவே முடியாது.

உங்களை உங்களுக்குப் பிடிக்க, உங்களை எப்படி மாற்ற வேண்டுமோ அப்படி மாற்றுங்கள்.

உங்கள் மீது நீங்களே அன்பு செலுத்துங்கள். நீங்கள் புறப்பட்டு எழுந்தால் உங்களை வெல்ல யாருமே இல்லை என்பதை உங்கள் மனதுக்குப் புரிய வையுங்கள்.

உங்களைப் போல அழகானவர் யாரும் இல்லை,

உங்களைப் போல திறமையானவர் யாரும் இல்லை என்பதை மீண்டும் மீண்டும் உங்களுக்கே, நீங்களே நினைவு படுத்திக் கொள்ளுங்கள்.

பயணப்படுங்கள்.

வாழ்க்கை ஒரு பயணம். அடுத்த நிமிடம் உங்களுக்கு என்ன நடக்கும் என உங்களுக்கே தெரியாது.

இந்த நீண்ட நெடும் பயணத்தில் ஒரு சிலருக்கு வெற்றி எளிதில் வரும், சிலருக்கு *தாமதமாக* வரும். அதற்காக சோர்ந்து விடக்கூடாது. வெற்றிக்கு என்ன செய்ய வேண்டும் என்பதை ஆராய்ந்து அதை தொடர்ந்து செயல்படுத்திக் கொண்டே இருங்கள்.

*வாழ்க்கை நிரந்தரம் இல்லாதது. ஆனால் பாசிட்டிவ் எண்ணத்துடன் தொடர்ந்து பயணம் செய்தால் உங்களுக்கு வெற்றியுடன், *உங்கள் பயணம் மகிழ்ச்சியாகவும், உங்களுக்கு பிடித்தமானதாகவும் இருக்கும்.*.

புரியாது என்று பின்னால் சென்று விடாதீர்கள்
தெரியாது என்று ஆரம்பத்திலேயே நின்று விடாதீர்கள்
முடியாது என்று மூலையில் முடங்கி விடாதீர்கள்
சாதிக்கப் பிறந்தவர்கள் நீங்கள் என்பதை மட்டும் மறந்துவிடாதீர்கள்
உற்சாகமாக செயல்படுங்கள்

தலைமுடியின் தாந்திரீக ரகசியங்கள்:-

பொதுவாக ஆண்களும் சரி பெண்களும் சரி தலை முடிக்கு முக்கியத்துவம் அதிகம் தருகின்றனர் எல்லாம் தலையில் இருக்கும் வரை மட்டுமே. சரி இப்பொழுது விஷயத்திற்க்கு வருவோம். நம் முடியில் உள்ள ரகசியங்களை குருவருளால் இன்று சித்தர்களின் குரலில் கூறு-

கிறேன்....

முடிக்கு ஈர்ப்பு ஆற்றல் அதிகம். பொதுவாக தலை முடிக்கு பிரபஞ்ச ஆற்றலை இழுக்கும் சக்தி அதிகம் அதனால் தான் முனிவர்கள் முடியை திருத்தம் செய்வதில்லை. அவர்கள் கொண்டை வலைசுற்றி அதன் நடுவே தாமிர கம்பி சொருகிவைத்து ஆற்றலை பெறுகிறார்கள்.

ஆண்கள் முடி திருத்தம் செய்வதால் அச்சக்தி குறைவாக பெறுகி-றார்கள் ஆனால் பெண்கள் கூந்தலை பராமரிப்பு செய்வதால் ஆற்றல் அதிகம் பெறுகிறார்கள். அதனால் அவர்களுக்கு உள்ளுணர்வு அதிகம் வேலை செய்யும்.

கூந்தலை பராமரிப்பு சிறந்தவள் தான் திரௌபதி அதனால் கூந்த-லுக்கு எதை சேர்த்தால் இந்த ஆற்றல் அதிகமாகும் என அவள் அறி-வாள்.

சூதாட்டமண்டபத்தில் அதர்மம் நிகழும் என்பதை தனது உள்ளுணர்-வால் அறிந்து தடுக்கமுயல்வாள் ஆனால் முடியாது போகும் அது பாரத கதை.

அவள் பிரபஞ்ச சக்தியை அதிகம்பெற உதவியது அவளது கூந்தல் தான். பொதுவாக பெண்களுக்கு இந்த சக்தி கிடைப்பது கூந்தல் என்கிற தலைமுடியால் தான்.

ஆணோ பெண்ணோ தலை முடி வைத்து அவர்களை வசியம் செய்-யமுடியும். இதில் அதிகம் சக்தி வாய்ந்தது பெண்ணின் முடிதான்.

சிவபெருமான் அடியாராக வந்து பெண்ணின் கூந்தலை கேட்ட கதை உள்ளது அதை சூட்சமமாக ஆராயவும்.

கூந்தலில் இயற்க்கையாக வாசனையுள்ளதா என கதை ஒன்று உள்-ளது அதன் சூட்சம விசயம் அறியவும்.

நாம் வணங்கும், கிருஷ்ணர், சிவன், இயேசு, நபிகள் ஏன் முடி அதிகம் வைத்துள்ளனர் என ஆராயவும்....

கூந்தல் நீளமுள்ள பெண்கள் குடும்பத்தை வளர்ப்பார்கள் என்பதின் சூட்சமம் அறியவும். குறிப்பிட்ட பெண் முடியை வைத்து மாந்திரீக முறைபடி இறந்த ஒரு எலும்பு கூட்டை எடுத்து அந்த ஆன்மாவை அடிமை ஆக்கலாம்.

மேலும் பெண்கள் முடியை எடுத்து சில குறி சொல்பவர்கள் அந்த பெண்ணை சில ஆத்மாக்களுக்கு ஆகுதியாக தருகிறார்கள். இதனால் தான் பெரியவர்கள் தலை சீவிய முடியை மண்ணுக்குள் போட சொன்-

னார்கள், அது யாரு கைக்கும் கிடைக்க கூடாது என்பதற்காக தான்.

(பெண்ணின்) தலை மயிருக்கு உயிர்சக்தி அதிகம், அதனால் தான் மயிர் இலையில் உயிர் வந்தது (சக்தி கிடைத்தது) என்பார்கள். இதை இப்பொழுது மயிர் இலையில் உயிர் தப்பியது என்பார்கள்.

பொதுவாக ஒரு அரசன் போர் தொடுத்து போய் வெற்றி கொள்ளும்போது அந்த நாட்டு ராணியை அபகரிப்பான் அல்லது கொன்று விடுவான் ஏனெனில் அவள் விலை உயர்ந்த வாசனை திரவியங்கள் அணிந்து பிரபஞ்ச ஆண்டனாவை சரியாக வைத்திருப்பாள் அதாவது கூந்தல் .

போரில் தோற்ற ராணி தனது சிகை கூந்தலை அறுத்து தந்துவிட-வேண்டும் இல்லை என்றால் அறுத்து எடுத்து கொள்ளபடும்.

மயிர்முடி என்பது விசேசமான ஒரு வஸ்து கவரிமான் முடி , மயில் முடி, யானை முடி இவற்றையும் ஆய்வில் எடுத்து பாருங்கள். நாம் திருப்பதி சென்று முடிகாணிக்கை கொடுக்கிறோமே, அதை ஒரு குரூப் டெண்டர் எடுக்கிறது. அதை எடுத்து என்ன செய்கிறார்கள் என விசாரியுங்கள்.

கடைசியாக டெண்டர் மூன்று கோடி என கேள்வி பட்டேன்.

அப்புறம் மயிர் என்பது கெட்டவார்த்தை அல்ல அது தமிழ் சொல் தான். உயிருக்கு மயிர் தொடர்பு உள்ளதால் அது கொடுக்கபட்டது. முடியை பற்றி நிறைய உள்ளது, சகோதர சகோதரிகளுக்கு நான் சொல்வது ஒன்று தான் முடியை சாதாரண மாக நினைத்து கீழே போட வேண்டாம்.

நெருப்பில் முடி பொசுங்க கூடாது என்று கூறுவதின் ரகசியம் என்ன தெரியுமா?

இன்றளவும் கிராமப்புரங்களில் நெருப்பில் முடி பொசுங்க கூடாது எனக்கூறுவார்கள். அதுவும் வீட்டினுள் நெருப்பில் தெரிந்தோ, தெரியாமலோ வெட்டப்பட்ட உதிர்ந்த முடிகள் எரியக்கூடாது. மகா தரித்திரம் அப்போதே பிடிக்கும் எனபார்கள்.

இதன் ரகசியம்தான் என்ன?

கைமுடியானாலும், தலைமுடியானாலும், பறவைகள் மிருகங்கள் முடியானாலும், வெட்ட வெட்ட வளரக்கூடியது. அதில் ரத்தம் உண்டு, பார்ப்பதற்கு தெரியாது.

ஆனால் அது தீயில் பொசுங்கும் போது தெரியும். அதன் வாடையே அதற்கு சாட்சி. ஒரு உயிரை எரிக்கும் போதும். முடியை எரிக்கும்போதும் ஒரே வாசனை (வாடை) வரும். இந்த துர்நாற்றம் லட்சுமி வாசம் செய்வதற்கு ஏற்றதல்ல...

அதனால்தான் அக்காலத்திலேயே பிணத்தை எரிப்பதானாலும் ஊரின் மேற்கே (காற்று திசையில்) கொண்டு சென்று எரித்தார்கள். இந்த வாடையை முகர்ந்தவர் யாரானாலும் 16-நாள் தொடர்ந்து தலைக்கு குளித்து வர வேண்டும். இல்லையேல் தரித்திரம் தான் பிடிக்கும்.

முடியானாலும் இதே நிலைதான், அதுமட்டுமல்ல கருவாடு. இறைச்சி எந்த வீட்டில் தீய்ந்து போகிறதோ அந்த வீடும் வெகுவிரைவில் கீழ்நிலைக்கு வரும். தீப்புண் பட்ட குடும்பமும் தரித்திரத்திற்கு ஆட்பட்டு பின்புதான் மீளும்.

அதே போல் கொசுவானாலும் வீட்டில் இறக்கலாம், ஆனால் தீய்ந்து போகக்கூடாது. இப்போது நவீனமாக கொசுவை கொள்ள எலக்ட்ரானிக் பேட் வந்துள்ளது. இதை பலரும் பயன்படுத்துகிறார்கள். இந்த பேட்டில் கொசு தீய்ந்து போகிறது. குடும்ப சுகமோ செல்வமோ குறைந்து கொண்டே வருகிறதை ஆய்வு மூலம் பலரிடம் கண்டுபிடிக்கபட்டுள்ளது.

ஓட்டல்களில் ஈ தொல்லை தீர ஒரு நீலவண்ண மின்சார குழல் விளக்கு எரியும். அதன் ஈர்ப்பு ஈ. கொசு. சிறு வண்டுகளை கவர்ந்து, அந்த விளக்கை சுற்றி சுற்றி வரும். அதற்காகவே அந்த குழல் (டியூப் லைட்) விளக்கின் பக்க வாட்டில் மின்சார ஹீட்டர் பொருத்தி இருப்பார்கள். அதில் அகப்பட்டு அனைத்தும் பொசுங்கும். அதை பொருத்தி இருந்த பல ஓட்டல் உரிமையாளர்கள் அழிந்து போய் இருக்கிறார்கள்.

அதாவது செல்வமற்று, சுகமற்று, கடன்பட்டு, தொழில் கைமாறி ஓடும் அளவிற்கு தரித்திரம் ஆட்கொண்டதை ஆய்வு மூலம் தெரியவந்துள்ளது.

நரிக்குறவர்களை கடந்த காலங்களில் கவனித்திருந்தீர்களேயானால் எந்த இறைச்சியாகட்டும் தீயில் பொசுக்கி சாப்பிடுவார்கள். அதனால் அவர்கள் நாடோடி வாழ்க்கையுடன் யாசகம் பெற்றே உயிரையும், உடலையும் வளர்க்க வேண்டியதாயிருந்தது. அந்த அளவிற்கு தரித்திரம் அவர்களை ஆட்கொண்டது.

அதே நேரத்தில் இன்றைக்கு அவர்களை பார்த்தீர்களேயானால் இறைச்சியை சுட்டு பொசுக்கி தின்னும் பழக்கத்தை நாட்டு சூழ்நிலையால் விட்டு விட்டார்கள். இப்போதைக்கு அவர்கள் நன்றாகவே வளர்ச்சி கண்டிருக்கிறார்கள். அன்றைக்கு செய்த அதே தொழில்தான் இன்றைக்கும் செய்கிறார்கள். அன்றைக்கு அவர்களுடைய பழக்கம் இறைச்சியை சுட்டு பொசுக்கி தீய்த்து சாப்பிட்டார்கள், தரித்திரம் பிடித்திருந்தது. அதை மாற்றிக் கொண்டு கிடைத்த இறைச்சியை சமைத்து சாப்பிடுகிறார்கள், பெரும் தரித்திரத்தில் இருந்து மீண்டு சாதாரண தரித்திர நிலையில் உள்ளார்கள்.

இதுதான் வித்தியாசம்.....

ஆக முடி, நகம், இறகு, உரோமம், சதைகள் தீயில் கருகினால் அது வீடாக இருந்தால் மகா தரித்திரம் பிடிக்கும். காடாக இருந்தாலும் இவைகள் பொசுங்குவதை அடிக்கடி முகரும்படி ஆட்படாதீர்கள்... கவனமாக இருங்கள். சாதாரண சைவ சமையல் செய்யும்போது கூட கடாய் தீயக்கூடாது என்பார்கள். கடாயில் அடியில் தீய்ந்து போனதில் சாப்பாடு சாப்பிடக்கூடாது. தரித்திரம் பிடிக்கும் என்பார்கள். இவைகளெல்லாம் மறுக்க முடியாத உண்மையே.....

நெருப்பில் முடி பொசுங்குதல், கடாய் தீய்ந்து போகுதல் போன்ற சூழலில் ஏழைகள் இயல்பாகவே ஆட்படுகிறார்கள். இதன் காரணமாகவே அவர்கள் கடைசி வரை ஏழையாய் இருக்க வேண்டிய சூழ்நிலையில் இருக்கின்றார்கள்.

யாகம் வளர்க்கும் போதும் கூட யாக தீயில் முடியோ, பூச்சிகளோ விழுந்து தீய்ந்து போனால் நிச்சயம் முழு பலன் கிடைப்பதில்லை. இது தெரியாமல் நிகழக்கூடிய நிகழ்வானாலும் அதன் துர்நாற்றம் (வாடை) லட்சுமி கடாட்சத்தை விலக்கி விடும்.

நம் கையில் உள்ள ரோமம் தீ பட்டு லேசாக பொசுங்கினாலும் உடனே அவ்விடத்தில் மஞ்சள்தூள் குழப்பி பூசி விடவேண்டும். அப்போதுதான் தரித்திரம் பிடிக்காது. எந்த ஒரு தரித்திர தீட்டிற்கும் மஞ்சள் நீர் சிறந்த பரிகாரமாகும்.

அசைவம் சாப்பிடுபவர்கள் அக்காலத்திலேயே இதை நன்கு உணர்ந்திருந்தனர். அதனால் கோழியை, பன்றியை இறைச்சியுண்பதற்காக கொன்று அதன் ரோமத்தை முதலில் தீயில் பொசுக்குவார்கள். பொசுக்கிய பின்னர் அந்த தரித்திரம் பாதிக்காதிருக்க மஞ்சள் தூள் அதன்

உடல் முழுக்க பூசுவார்கள். பிற்காலத்தில் வந்தவர்கள் தீய்ச்சல் வாடை போவதற்காகவும், உணவின் ருசிக்காகவும் மஞ்சள் பூசுவதாக கருதினார்கள். உண்மையில் அவ்வாறு இல்லை.

தலையில் எண்ணெய் தேய்க்கும் பழக்கம் உள்ளவர்கள் பயன்படுத்தும் தலையணையிலோ அதன் உறையிலோ மேற்புறத்தில் எண்ணெய் படிவம் படிந்து இருக்கும். மற்ற எண்ணெய்க்கும் முடியில் ஊறிய எண்ணெய்க்கும் முகர்ந்து பார்த்தால் வாடையில் வித்தியாசம் தெரியும். (சிக்கு வாசனை என்பார்கள்) அந்த தலையணையை நெருப்பில் எரிக்கக்கூடாது. பயன்படுத்திய பின் பழுதானால் தூக்கி போட்டு விடலாம். ஆனால் நெருப்பில் போடக்கூடாது. மகா தரித்திரம் பிடிக்கும்.

நம் முடி எண்ணெய் பட்ட எந்த துணியும் எரியவிடக்கூடாது. போகி பண்டிகை அன்று சிலர் பழைய துணி தலையணை இவைகளை எரிப்பதுண்டு. அதில் இதுபோல எண்ணெய் துணி எரிந்தால் மகா தரித்திரம் அவரை வந்து அடையும்.

மேற்கண்டவை சித்தர் நூல்கள், புராணங்கள், புறநானூறு போன்றவைகளில் இருந்து சூட்சமமாக என் குருநாதர் அன்னை சித்தர் ராஜ்குமார் ஸ்வாமிகள் மூலம் பல ரகசியங்களை தெரிந்து கொண்டேன். அதில் ஒரு சில விசயத்தை எடுத்து இன்று உங்களுடன் பகிர்ந்து கொடுள்ளேன்.

"கனவை நனவாக்க வேண்டும்...!

வாழ்க்கையில் வெற்றி பெற நினைக்கும் ஒவ்வொருவருக்கும் ஒரு குறிக்கோள் கனவு என்பது மிக மிக அவசியமாகும்...

கனவை மட்டும் கண்டு கொண்டிருப்பது வெறும் கனவாகத் தான் இருக்கும், கனவோடு இணைந்து பயணம் செய்தால் தான் அது செயல் வடிவம் பெறும்...

வாழ்வில் நம் இலக்கை அடைவது எப்படி என்று யாரும் வந்து நமக்குப் பாடம் எடுக்க மாட்டார்கள், கற்றுக் கொடுக்கவும் மாட்டார்கள்...

நாம் தான் நமக்கான குறிக்கோளை வகுத்துக் கொண்டு இலக்கை அடையப் போராட வேண்டும். பலருக்கும் பல குறிக்கோள்கள் இருக்கும், அதை அடைவதற்கான முயற்சியில் தான் பலரும் தோற்றுப் போகிறார்கள்.

இருந்தாலும் உங்களது குறிக்கோள்களை, முயற்சிகளை மட்டும் கைவிடாதீர்கள்...

? நீங்கள் கண்ட குறிக்கோள் கனவை அடைய எந்நேரமும் சிந்தித்துக் கொண்டே இருங்கள். கனவில் இருந்து தான் சிந்தனை பிறக்கும். உங்கள் சிந்தனை தான் செயல்களாகும்...

உங்கள் குறிக்கோள் கனவை படிப்படியாக நடைமுறைப்படுத்துதலே வெற்றியாகும். மற்றவர்களை வெற்றி பெறச் செய்து நாமும் வெற்றி பெற வேண்டும் என்றால் நம் கனவு மெய்ப்பட வேண்டும்...!!

உங்களின் வெற்றி முகவரி இன்னொருவருக்குச் செல்லாமல் இருக்க வேண்டுமானால், உங்களின் கனவை இன்றே நனவாக்கும் முயற்சியைத் தொடங்குங்கள்...!!

"தயக்கமும், துணிச்சலும்...!"

வெற்றிக்கு சில துணைவர்கள் உண்டு. தன்னம்பிக்கையும், விடாமுயற்சியும் தான் அந்த நண்பர்கள்...

அதேபோல வெற்றிக்கு இரண்டு எதிரிகள் உண்டு. அது தயக்கமும், முயற்சியின்மையும் தான். துணிச்சலை தோழனாக்கிக் கொண்டால் தயக்கம் எனும் எதிரியை விரட்டியடித்து தன்னம்பிக்கையை வளர்க்க முடியும்...

தயக்கத்தை விட்டொழித்தாலே வெற்றி விரைந்தோடி வரும். தயக்கத்தைத் தவிர்க்கவும், துணிச்சலை வளர்க்கவும் உதவும் சில அனுமானங்களை அறிவோம்...

தயக்கத்தை விரட்டும் முதல் அனுமானம் நேர்மறை எண்ணங்கள் தான். என்னால் முடியும் என்ற எண்ணம் தரும் நம்பிக்கை தயக்கத்தை விரட்டியடிக்கும். வெற்றியைத் தேடித் தரும், என்னால் முடியுமா...? என்ற தயக்கம் தோல்வியெனும் படுகுழியில் தள்ளி விடும்...

யாரும் என்னுடைய சொல்லைகு கேட்க மாட்டார்கள், எனக்கு யாரும் உதவ மாட்டார்கள், நமக்கு இது சரிப்பட்டு வராது என்பது போன்ற எதிர்மறை எண்ணங்களைக் குறைத்தாலே அனைத்தும் நலமாக நடப்பதை உணரலாம்...

மன உறுதியால் தேடியதை கண்டடைந்தவர்கள் உண்டு. மனஉறுதியின்மையால் பின்னடைவே வரும்...!

அடுத்ததாக!, தயக்கத்தை விட்டொழிக்கவும் முயற்சி அவசியம். எழுத்தாளராக வேண்டுமானால் எழுதி எழுதிப் பழக வேண்டும், பேச்சா-

ளராக பேசிப் பேசி பழக வேண்டும், வெற்றியை நோக்கி செயல்பட்டுக் கொண்டே இருக்க வேண்டும்...

எனவே!, நீங்கள் எதற்காகத் தயங்குகிறீர்கள், எதைக் கண்டு நடுங்குகிறீர்கள் என்பதை உணர்ந்து கொண்டு அதைப் போக்க முயற்சி செய்யுங்கள். அதற்கான தயாரிப்புகளுடன் அடுத்தடுத்த செயல்களை செய்யுங்கள். மனஅமைதியுடன் ஒருமுகத்தன்மையுடன் செயல்பட்டு தயக்கத்தை வெற்றி காணுங்கள்...

சோர்வாக இருப்பது, தயங்குவது, பின்வாங்குவது, ஆர்வம் குறைவாக இருப்பது, முடியுமா என சந்தேகிப்பது, முடிவெடுக்க முடியாமல் தயங்குவது, தன்னம்பிக்கையின்றி பேசுவது, செயல்படுவது எல்லாம் துணிவின்மையின் அடையாளங்கள்...

இதைத் தருவதும் தயக்கம் தான். தயக்கத்தை விட்டொழிக்கும் போது துணிச்சல் தானே வரும். துணிச்சல் வந்தால் தன்னம்பிக்கையும் கூடவே வந்து விடும்...

நெப்போலியன் ஒரு நாட்டை பிடிப்பதற்காக, தன் படைவீரர்களை ஆற்றைக் கடந்து படகில் அழைத்துச் சென்றாராம். ஆற்றைக் கடந்ததும், படகுகளை எரிக்கச் சொன்னாராம்...

வெற்றி பெறாமல் புறமுதுகு காட்டி வந்தால் நாடு திரும்ப முடியாது என்ற வீர மனப்பான்மையை வீரர்களின் மனதில் பதிய வைக்கத் தான் அவர் இப்படிச் செயல்படுவாராம்...

இது உறுதியாக எதிரிகளை வீழ்த்த வேண்டும் என்ற மன உறுதியை வீரர்களுக்குத் தந்ததாம். இது நெப்போலியனின் வெற்றியின் மறைபொருள் (இரகசியம்) பலவற்றில் ஒன்றாகும்...

அமெரிக்காவைக் கண்டறிந்த கொலம்பஸ் துணிவே துணையாக பயணித்ததால் தான் தனது இலக்கான புதிய நாட்டையே கண்டுபிடிக்க முடிந்தது...

அவர் தனது குழுவினருடன் முப்பது நாட்களுக்கான உணவுப் பொருட்களுடன், மேற்கு திசையில் ஒரு நிலப்பரப்பு இருக்கும் என்ற நம்பிக்கையுடன் பயணித்தார்...

பதினைந்து நாட்கள் பயணித்த அவர்கள் எந்த நிலப்பகுதியையும் அடையவில்லை. தன்னம்பிக்கை இழந்த மற்றவர்கள், உடனே நாடு திரும்ப வேண்டும் என்றார்களாம்...

ஏனெனில்!, உணவு மீதியிருக்கும் நாட்களுக்குள் நாட்டிற்குச் செல்ல வேண்டும், இல்லாவிட்டால் கடலிலேயே காலம் முடிந்து விடும் என்ற அச்சம் தான்...

ஆனால்!, கொலம்பஸ், குழுவினர்களைத் தேற்றினார். தனக்காக இன்னும் ஒருநாள் பயணிக்கும்படியும், அப்படி ஏதேனும் நிலப்பரப்பு தென்படாவிட்டால் நீங்கள் என்னைக் கடலில் விட்டுவிட்டு நாட்டுக்குத் திரும்புங்கள், உங்களுக்கான உணவுடன் ஊர் போய் சேருங்கள் என்றும் கூறி விட்டார்...

தலைமையாளரான அவரது சொல்லிற்காக அரை மனதுடன் தான் அவர்கள் தொடர்ந்து பயணம் செய்தார்கள். ஆனால்!, கொலம்பஸ் அமெரிக்காவைக் கண்டுபிடித்தார்...

அது அவரது துணிவுக்கு கிடைத்த வெற்றி. மற்றவர்களின் தயக்கத்திற்கு அவர் பலியாகி இருந்தால், இன்று வரலாற்றில் அவர் பெயர் இடம் பெற்றிருக்காது என்பது திண்ணம்...

? நீங்கள் உங்களைப் பூனையாக நினைத்துக் கொண்டால் பூனை தான். சிங்கமாக எண்ணிக் கொண்டால் சிங்கம் தான், அதாவது மனம் எவ்வளவு துணிச்சலைக் கொண்டு உள்ளதோ அந்த அளவில் உங்கள் வெற்றி உறுதி...!

நெப்போலியன் கொலம்பஸ் மட்டுமல்ல, தயக்கம் தவிர்த்து துணிச்சலுடன் செயல்பட்டவர்கள் எல்லாம் இன்று வெற்றியாளர்களாகவும், வரலாற்றில் இடம் பெற்றவர்களாகவும் இருக்கிறார்கள்...!!

திட்டமிடல், விடாமுயற்சி, கடின உழைப்பு, தன்னம்பிக்கை கொண்டால் நீங்களும் வெற்றியெனும் சிகரத்தில் ஏறலாம்...!!!

சாய் கவி பால பரணி
மேற்கு வங்காளம்
கல்கத்தா

தொகுப்பாளர்

வாசகர்ளால் நான்
வாசகர்களுக்காக நான்

முற்போக்கு எழுத்தாளர் வி.எஸ்.ரோமா - கோயம்புத்தூர்
+91 82480 94200

20 புத்தகங்கள் எழுதியுள்ளேன்
விருதுகள் பல பெற்றுள்ளேன்.

கதை , கவிதை, கட்டுரை, நாவல் பொன்மொழி, நாடகம்
எழுதுவேன்.

என்
எழுத்து
என் மூச்சுள்ள வரை
என் வாசிப்பே
என் சுவாசிப்பு
என்றும்
எழுதிக் கொண்டிருக்க வே

என் ஆசை

நான் திருமணமே செய்து கொள்ளாத பெண்மணி என்பதில் எனக்கு மகிழ்வே.

என் எழுத்துக்கு முழு ஒத்துழைப்பு கொடுப்பவர்கள் என் பெற்றோர்களே.

தந்தை
கா சுப்ரமணியன் _ தாசில்தார் - ஓய்வு
தாய்.
சு. கிருஷ்ணவேணி
என் பெற்றோர்களே
என்
எழுத்துக்கும்
எனக்கும் முழு ஒத்துழைப்பு தருகின்றவர்கள் என்பதில் எனக்கு மகிழ்ச்சியே.

நான் ரோமா ரேடியோ
என்ற பெயரில் எஃப் எம் ஆரம்பித்துள்ளேன்.

என்
எழுத்து
என் ரோமா வானொலி மூலம்
எங்கும் ஒலிக்க
எட்டு திக்கும் ஒலிக்க
என் ஆவல்.

பெண்களை
பெரிதாக நினைத்துப்
பெரும் மகிழ்ச்சியடைந்து
பெருமைப் படுத்த வேண்டும்.

முற்போக்கு எழுத்தாளர்
வி.எஸ். ரோமா
Roma Radio
கோயம்புத்தூர்
+91 82480 94200

www.ingramcontent.com/pod-product-compliance
Lightning Source LLC
LaVergne TN
LVHW041550060526
838200LV00037B/1228
9781638507864